# In Our Translated World

## Contemporary Global Tamil Poetry

I0867982

EDITED BY

Chelva Kanaganayakam

TSAR

Tamil text Copyright © 2013 The Authors
English language translations Copyright © 2013 Tamil Literary Garden

Except for purposes of review, no part of this book may be reproduced in any form without prior permission of the publisher.

We acknowledge the support of

Ontario Trillium Foundation
Fondation Trillium de l'Ontario

An agency of the Government of Ontario.
Un organisme du gouvernement de l'Ontario.

Vijay TV – India, Param Paramalingam – Dubai, Vaithehi, Bala, Apsara Balamurugan – U.S.A, Dr M.Sanjayan – U.S.A, Thirumurthi Ranganathan – U.S.A, Lalitha, Jayaraman, Jaishankar – Canada, Kym Anthony Stasiuk, Belinda Jesudasan – Canada, and Selva Vettyvel – Canada

Cover image by Steafan Hannigan
Cover design by Ahamed Rashmy Mohamed
Page design by Digital Maxim

Library and Archives Canada Cataloguing in Publication

In our translated world / edited by Chelva Kanaganayakam.

Text in Tamil and English.
ISBN 978-1-927494-36-3

1. Tamil poetry. 2. Tamil poetry–Translations into English. 3. Civilization, Modern, in literature. I. Kanaganayakam, Chelva, 1952-, editor of compilation

PL4758.65.E5I6 2013 894.8'111708 C2013-907834-7

Printed and bound in Canada

TSAR Publications
P. O. Box 6996, Station A
Toronto, Ontario M5W 1X7
Canada
www.tsarbooks.com

# In Our Translated World

## Contemporary Global Tamil Poetry

TRANSLATED BY

M.L. Thangappa

Anushiya Ramaswamy

Maithili Thayanithy

SELECTED AND COMPILED BY

Tamil Literary Garden, Canada

EDITED BY

Chelva Kanaganayakam

# Contents

Contents

## Contents

Contents

## Contents

Contents

# Introduction

Chelva Kanaganayakam

This anthology of translations brings together, for the first time, a selection of poems from around the world where Tamils, over a period of several decades, have settled. The objective of this book is not to be encyclopaedic, or even trace patterns of evolution in poetic form and meaning. A comprehensive collection, contextualized historically, would be a very different task. Alternatively, this book offers a focused and careful sampling of approximately eighty poems from Tamil Nadu, Sri Lanka, Malaysia, Singapore, and the diaspora. The poems are recent, written over a period of three decades.

The title deliberately invokes the famous German poet, Rainer Maria Rilke, who in his *Duino Elegies* makes an implicit comparison between the world of nature and the lives of humans. Strangely enough, animals, secure in their relation to nature, perceive humans to be insecure, fragmented, and deeply anxious about the world they inhabit. For Tamils, particularly in the last three decades, the experience has been one of displacement, trauma, nostalgia, and despair. There have also been new beginnings, hope and idealism, but the dominant motif has been grief and transformation. Even for those whose physical locations have not changed, the old world has come under considerable stress, leading to multiple forms of change and reassessment. In short, Tamils have endured, suffered, and flourished in a translated world. The poems in this collection are a testimony to the complexity of that translation.

As with most anthologies, perfection is an impossible ideal. Not all who merit serious attention have been included. For one reason or another, some have fallen between the cracks. But all those who have been included are worthy of recognition. Sometimes, the poems they are best known for may not have been included, largely because one of the objectives of this anthology was to include hitherto unpublished material. But the poems are significant in their own right, and taken together they provide a sharp sense of the multiplicity of Tamil experience. The poems from Tamil Nadu, for instance, give expression to experiences that are noticeably different from those that were written in Sri Lanka or Singapore. The circumstances that led to the migration to Malaysia and Singapore were different from the context that occasioned the diaspora of Tamils from Sri Lanka. Each group has a different story to tell, and they collectively reflect the global Tamil experience.

Translations are never a value-neutral activity. Although the translations in this anthology were undertaken by several scholars, a common expectation was to make the Tamil experience intelligible to a non-Tamil or non-Tamil speaking audience. A conversation between cultures is not possible unless the host audience is met at least half way. Many poems are deeply coded, and the cultural backdrop they draw from are not always available to non-Tamil reader. As far as possible, the translations have tried to capture the essence of the original without compromising the tone and texture of the translated version. The translated poems are intended to be self-sufficient artifacts that speak to all.

Even a cursory reading would reveal that the major divisions of the book also mark transitions in thematic preoccupation. For those who write from Singapore and Malaysia, the particularities of the world they live in take centre stage. The history of migration, their hopes and impediments become recurring motifs in their poetry. The transition from an oppressive plantation culture to a form of modernity involves numerous concerns, and they find expression in the poetry of Malaysians and Singaporeans. In Tamil Nadu physical dislocation from, say, the rural to the urban, is not seen as traumatic. More problematic, however, is the force of tradition that refuses to change with the times. Modernity shapes contemporary perspectives in important ways, and the struggle between modernity and tradition looms large in this poetry. For

Tamils from Sri Lanka, the frame is political upheaval and its consequent social and cultural disintegration. The poets who chose to live in Sri Lanka and those who moved to the diaspora might point to different perspectives, but both are conscious of dramatic change in the ways the see life around them. Unlike the poets of Tamil Nadu, for the most part, it is not time but space that shapes consciousness for Sri Lankan poets.

For all poets, however, memory continues to serve as a touchstone. Recalling tradition is, in some senses, no different from recalling a home that one has left. For a woman struggling to break the shackles of patriarchy and for an exile walking aimlessly on the streets of a Western city, memory becomes a source of torment. To think about the past is also to reflect and to reimagine the present. The poets are not merely chroniclers of the present. Their work is also a form of transformation, a gesture about the future. Whether the poems are ostensibly realistic or self-consciously fantastic, the poems move beyond ethnographic detail to offer an imaginative sense of the Tamil experience.

Forms of migration were not unknown to the Tamil experience. In fact in the earliest Cankam poems we find occasional examples of poetry that speaks of migration, for economic or political reasons. But the poetry of the past worked within a static spatial framework. The stasis accounted for the five-fold division – called *Tinai* in Tamil poetics - where each landscape generated its own specific experience of love. As one traverses the subtropical climate of Tamil Nadu, one encounters a range of biomes, from hilly regions to plains, and coastal belts, each one generating its own subjectivity. With recent Tamil poetry, we have a further extension into another realm, the world of the diaspora, in which extreme cold and snow become persistent motifs. The thematic and formal possibilities opened up by the geographical difference have not been unnoticed by scholars and poets. In fact, Cheran – whose poem is included in this collection – once theorized the diaspora as the sixth *Tinai*, the biome of snow. This sense of innovation is in itself is a point of departure, a point of growth for Tamil poetry.

The cover of this collection, suggestive of snow, rocks, and the sun, designed by Rashmy– again, a poet included in this work – offers a glimpse into the present spatial and experiential multiplicity of the Tamil diaspora.

Movement to other countries is not simply about arrival. It is not even about encountering different people and seasons. Fundamentally, it is about finding oneself in a world where one's language is no longer sufficient. The struggle, then, is with language. If there is one aspect that distinguishes the Tamil poetry of the last three decades, it is the need to push the limits of language to express a whole new world view. At every juncture the poet is compelled to refashion the future, and it is the need to reshape language that leads to moments of illumination.

The format of the collection is deliberately bilingual. The Tamil version is not intended to provide a corrective, a benchmark to measure the accuracy of the translation. The reason for translation is to reach across cultures. For those who do not understand Tamil, we hope the translations will remain both meaningful and self-sufficient. For those who are bilingual, the two versions will provide a sense of what it means to make the ethos of one culture intelligible to another.

Ah, who can we turn to,
then? Neither angels nor men,
and the animals know by instinct
we're not comfortably at home
in our translated world.

Rainer Maria Rilke - Duino Elegies
Translated by A. Poulin Jr.

# இலங்கை

# Sri Lanka

அலறி

## ஒருவன் கொல்லப்படும் போது

ஒருவன் கொல்லப்படும் போது
பெரிதாக என்ன நடக்கப் போகின்றது
குருதி பெருகி வடிந்து
பச்சை பசும் புல் தரை
செவ்வரத்தம் பூக்கள் போலாகப் போகின்றது

மலக் குழிக்குள் பதுங்கியிருக்கும்
ஈக்கள்
இரட்டைச் சிறகு முளைத்துப் பறந்து
மொய்க்கப் போகின்றன

இன்னும்
மல்லிகை மணம் கசியும் காற்று
பிணநெடி சுமந்து வீசப் போகின்றது
அழும் குரல்கள் கணப் பொழுதில்
ஓய்ந்துவிடப் போகின்றன

இவை தவிர
ஒருவன் கொல்லப்படும் போது
பெரிதாக என்ன நடக்கப் போகின்றது
இன்னுமொருவன் கொல்லப்படுவான்
என்பதைத் தவிர.

## Alari
## When Someone Is Killed

When someone is killed
what's the big deal?

Blood will flow
turn the green grass
into a field
of red hibiscus flowers.

The flies hiding in the
Lavatory pit
will grow a pair
of wings and come
flying to hover.

The jasmine scented air
will then carry the odor of
the rotting corpse.
The weeping voices will
all cease soon.

Other than these
when someone is killed
what's the big deal?
Apart from the fact that
Someone else will be murdered.

அகிலன்

## கைவிடப்பட்ட கிராமம் பற்றிய பாடல்

இங்கேதான்
கசப்பானதும், உல்லாசமானதுமான
என் பால்யகாலத்து நினைவுகள் கலந்துள்ளன
இதோ,
இந்த வரிகளை எழுதும் நடு இரவில்
சனங்களற்ற உன்னுடைய வீடுகளை
தெருக்களை நினைத்து நான் பார்க்கிறேன்
சொல்லமுடியாப் பிரிவின் துயரால்
மனம் சஞ்சலப்படுகிறது.

போற்றுதற்குரிய
முன்னோர்களின் சிறிய கிராமமே
மாயக் கனவுகளை ஊதியெழுப்பும்
உன்னுடைய வயற்கரைகளை
வைக்கோல் போர்கள் நிறைந்த முற்றங்களை
நினைத்துப் பார்க்கிறேன்,
பனங்கூடல்களின் அருகே
தியானத்துள் அமர்ந்த
பாட்டனின் பழம்பெரும் வீடே
உன்னோடு கழித்த விடுமுறை நாட்கள்
நினைவுத் தெருவில் நடுகல்லாய்
அமர்ந்திருக்கிறது.

ஒரு முதியபெண் பெருங்குரலில்
பழங்கதை சொல்லி அழுகிறாள்.

தூர்ந்து போய் ஐதிகங்கள் மண்டிக் கிடக்கும்
உன்னுடைய கேணிகளில்
நினைவின் ஆழ அடுக்குகளுள் இழுத்துச் செல்கிற
பூர்வீகத் தெருக்களில்
பித்தாய் மனம் பற்றி அலைகிறது.
எங்கே நீ....
தெய்வங்கள் உள்ளுறைந்த உன்னுடைய முதுமரங்கள்
எங்கே?

## Ahilan
## Song About an Abandoned Village

It is here
the bittersweet
memories of my youth
remain.
Here
as I write these lines
in the middle of the night
I remember your emptied houses,
streets.
In the wordless sorrow
of separation
the mind despairs.

My little village of venerable
ancestors!
I remember
your awe-inspiring paddy fields
yards filled with hay stacks.
My grandfather's ancient house
tucked away
in the Palmyrah groves.
My holidays with you
sit on the streets of memory
like a milestone

An old woman weeps,
recalls an old tale
in a broken voice.
In your water tanks
clogged with old traditions,
on the ancient streets
dragging my memory
under its folds
the mind flounders madly.

நொந்தநிலா முகில்களுள் முகம்புதைத்து விம்முகிறது.

விழி திறந்து
இரவுக் கடலில் எரிகிற சூள் விளக்குகளை
விழாநாட் தெருக்களில்
ஓயாது முழங்குகின்ற பறைகளின் ஒலிகளை
காற்றைப் பிடித்துலுப்பி எழுகிற
மூதாதையரின் பாடல்களை
வாள் முனையில் உயிர்துடிக்க
இழந்துதான் போனோமா?

Where are you?
Where are your primordial trees
with the gods inhabiting them?

The wounded moon
cowers under the clouds
and sobs.

Hurricane lamps, like open eyes,
burning in the night sea
the sounds of breaking waves
that sound ceaselessly;
on festival streets.
Songs of the ancestors
wrestling with the wind;
did we really lose this life
at the edge of the sword?

அனார்

## மருதம்

காலைப்பனியில்
ஈரமணலில்
வெள்ளை மல்லிகைகள் சொரிந்து கிடக்கின்றன
ஆயத்தி மலையின் பன்கட்டுகளை விற்பதற்காக
கூவிச் செல்கிறாள் நெற்றியில் விபூதியும்
வாயில் வெற்றிலையும் இட்ட கிராமப் பெண்
சேறும் மாட்டுச் சாணமுமாய்
கிறவல் ஒழுங்கையின் மொச்சை வீச்சம்
மரச்சுள்ளி மிலாறுகளை தூக்கக் கலக்கத்துடன்
பொறுக்கிக் கட்டுகிறாள்
வயிறு பிதுங்கிய பரட்டைத்தலைச் சிறுமி
ஓட்டை விழுந்த கறுப்புக் குடையை
ஒரு கை விரித்த வண்ணம்
ஆசாக் கோலை மறு கை ஊன்றியபடி
மிடுக்காகப் பார்த்து நிற்கிறார்
கண்ணாடிபோட்ட வயோதிபர்
ஆட்டுப்பட்டியை இடையன் பக்குவமாக
மேய்த்துச் செல்கிறான்
அவை ஒரே நேரத்தில் 'மே' என்று கத்துகின்றன
'காவு தடியை' தூக்கி
முதுகு வளைய நடந்து
மீன்களின் பெயர்களைக் கூவுகிறான் மீன் வியாபாரி
ஓலைகளால் வேய்ந்த களிமண் குடில்களின் முன்
முக்காடு போட்ட பெண்கள்
காற்றுக்குள்ளிருந்து எதையோ அள்ளுவதும்
விரல்களுக்கு வெளியே ஊற்றுவதுமான லாவகங்களோடு
நிறச் சாயமூட்டிய பாய்கள் பின்னுகிறார்கள்
ஒருவன் சிறிய மீன் வலையை புல்வெளியில் உலர்த்த
நாலைந்து வெட்டுக்கிளிகள்
வலைக்குள் சிக்கிக்கொள்கின்றன
மாந்தோப்பு.... வாழைத்தோட்டம்....
நெடுத்த பலா மரங்கள் ....
சின்னச்சின்ன ஆறுகள் தாண்டி

Anar

## Marutham*

A dewy morning
on the wet ground
white jasmines lie scattered.
A village woman
holy ash on her forehead
betel leaves in her mouth
walks by calling out,
selling bundles of reed
from the *Ayathi* hill.
The sleepy little girl
with her swollen belly
and unkempt hair
picks and binds the twigs
from the muddy lane,
smelling of cowdung;
With a torn umbrella open in one hand
with the other
leaning on a bamboo cane
the old gentleman in glasses
watches with pride.
The shepherd gently prods
the herd along
as in unison
the goats bleat "baa".
The fish seller
his carry pole bending his back
walks along
calling out the names of fish.

In front of the thatched mud huts
women with their heads veiled
weave dyed mats,
their fingers moving
as if plucking something out of the air

சாய்ந்த மருதமரத்தடி பெட்டிக்கடைக்கு வந்து
சேர்ந்தோம்

மாடுகளை உழவவிட்டு
களிமண் அப்பிய கச்சையோடு அமர்ந்திருப்பவர்
வயல்வெளியை.... தூரத்தெரியும் மலைகளை....
நடுவே கிடக்கும் ஆகாயத்தை
ஒருவித நாட்டத்துடன் அருந்துகிறார்
அப்படியே செவ்விளநீரைப்போல் ருசித்து
தெவிட்டும் மயக்கத்தை ஊட்டுகிறது
எங்கும்
நெல்வயல்களில் பால்பிடித்த கதிர்களின் மொச்சை.

and then
blowing it away in the wind
When he spreads a small
fishing net to dry on the grass
four or five grasshoppers get
caught in the net.
The mango grove... the banana garden...
The tall jack fruit trees...
Crossing tiny streams
we arrived at the small roadside shop
under the *Marutham* tree.

Letting the oxen plough
the farmer seated in his mud stained
loincloth gazes out, drinks
like coconut water
the fields
the mountain range in the distance
the sky in the middle.
The fragrant smell of
ripe paddy in the fields,
offers a giddy sense of joy.

**Marutham* : In classical Tamil literature, *Marutham* is the name of one of the five main landscapes. It indicates agricultural land.
*Marutham* tree: Also called Arjuna tree in India.

ஓட்டமாவடி அறபாத்

## இருள்

இருள் முருகியதோர் கருக்கல்
சப்பாத்துக்கள் சப்திக்க சப்திக்க
என்னில்லமேகினர்
கொடிய வனாந்தரத்தில்
அலையுமென் புதல்வர் வாழ்வொடுங்க
போர் மூளுமெனக் கூவினர்

புதரடர்ந்த காடுகளில்
திக்கற்று திரியுமென்னிளங்குருவி
தீய்ந்துருகி உயிர் மடியுமினி
கிழக்குத் திசையெங்கும்
வெறி கொண்டலைந்தன பிணந்தின்னிக் கழுகுகள்
நீ படுத்துறங்கும் கிடங்கடியில்
பருந்தொன்று தாழமுங்கித் தாழமுங்கி உயரக்கண்டேன்

உன் பிரியமுள்ள நாய்க்குட்டி
அத்திசை நோக்கி குமுறக் கேட்டேன்
ஆம் மகனே நானுனது தாய்
நீ இளந்தாரியானதற்காய் விம்மி வெடிக்கும்
உயிரறுந்த பேடு நான்
காகங்கரைகையில்
விடிவெள்ளி முளைக்குமந்த
நுனிவானம் தொடுகின்றதென் பரவசம்

வயிறுலர்ந்த குச்சினனாய் நீ
தாகித்துப் பதறி வரும் துர்க்கனவு
இன்றுங்கண்டேன்
வெய்யில் தீய்த்ததுன் கருமேனி
தழுவுமொரு குளிர்ப்பொழுது இனிவருமோ?

கடப்படியில் விழுகிறதுன் நிழற்பிம்பம்
பூனை தனகுமந்திப் பொழுதில்
ஆவலாய் ஆவலாய் பாவுமென் தளர்நடை
என்றாகினுமொருநாள்

Ottamavadi Arafat

## Darkness

In the beautiful twilight
the sound of boots;
stamping and stamping
they arrived at my home;
a war will begin, they yelled,
announcing the death of my sons
wandering in the terrible forest.

The young bird
lost in the depths
of a thick forest
will now burn to death.
All over the eastern sky
carcass eating vultures
flew in a maddened frenzy
I watched as a kite hovered
dipping and dipping
near your trench.

I heard your beloved dog
howling in that direction.
Yes, my son, I am your mother
the lifeless wretch who weeps
at your growth into youth.

As the crow caws
my rapture reaches
the edge of the horizon
where the early Venus rises.

You with your empty stomach
thin parched starving body;
I dreamed that nightmare again.
Would I ever feel the cool

நீ வருவாய்
அதுவரை நானுனை ஈன்றெடுத்து ஈன்றெடுத்து
துடித்திருப்பேன் கடும் வலியில்

embrace of that
Sun-darkened body again?

Your shadow darkens the threshold.
In the cat teasing twilight
eagerly, eagerly
I move stumbling.
Someday
you will come.
Until then I will
give birth to you
again and again
in such agony.

சந்திரபோஸ் சுதாகர்

## புத்தகம் மீதான எனது வாழ்வு

கொஞ்சம் புத்தகங்களோடு தொடங்கியது வாழ்க்கை:
புத்தகங்களின் சொற்களில் சோறு இல்லை என்பதே
பிரச்சினையாயிற்று வாழ்க்கை முழுக்க
யாரும் நம்பவில்லை
தமது வாழ்க்கை
புத்தகங்களோடுதான் தொடங்கியதென்பதை:
அவர்களே அப்படி நம்ப
யாரையும் அனுமதிக்கவில்லை.

புத்தகங்களில் சோறு இல்லை
புத்தகங்களில் துணி இல்லை
அணிவதற்கு தங்க ஆபரணங்கள் தானும் இல்லை
புத்தகங்களே பிரச்சினையாயிற்று வாழ்க்கை முழுக்க....
நான் புத்தகங்களில் வாழ்கிறேன் என்பதையும்
புத்தகங்களில் தூங்குகிறேன் என்பதையும்
இதயம் சிதையும் துயரின் ஒலியை
புத்தகங்கள் தின்னுகின்றன என்பதையும்
ஓ கடவுளே! யாரும் அதை நம்பவில்லை
என்னையும் அனுமதிக்கவில்லை

புறாக்கள் வாழ்ந்த கூரைகளில்
உதிர்ந்து கிடக்கின்றன வெண்சிறகுகள்.

## Chandra Bose Sudhakar
## My life in Books

Life began with some books:
that the words in books
produce no rice became
the problem of our lives.
All along
no one believed
that their lives began
with books.
They themselves
let no one believe that.

There is no food in books,
there are no clothes in books;
there is not even
gold jewelry to wear
in books.
The books themselves became
lifelong problems...
That I live in books
that I sleep with books
that the books swallow the howls
of my tormented heart,
O god! No one believed that.
No one acknowledged me.

On roof tops
where doves lived
white feathers lie scattered.

பஹீமா ஜஹான்

## சிறுமியின் கோழிக்குஞ்சு

சின்னஞ்சிறு வெண்சிறகிரண்டிலும்
புழுதி படியலாயிற்று
பஞ்சு போன்ற அதன் உடலம்
ஒடுங்கிச் சிறுத்திற்று
கூடி விளையாடிய அவளது பாதம்
தவறுதலாகக் குஞ்சின் தலை மீதேறியது
கால்களும் உடலும் நெடுநேரம் நடுங்கிடச் சிறுமி
தனது பிரியம் துடிப்பதைப் பார்த்திருந்தாள்

கருமுகிலே! உன் துளிகள் தூவி
அதன் மேனிக்கு வலுவூட்டு
நீலவிசும்பே! உன் குரல் கொண்டு
மீளாத் துயிலிலிருந்து அதையெழுப்பு
வீசும் பவனமே! உனது மென்கரங்களால்
மூடிய இரு கண்மூடிகளைத் திறந்துவிடு
இனிய குஞ்சே! வலிகளைக் காலடியில்விட்டுக்
குணமடைந்து எழுந்துவிடு
முறையிட்டாள் சிறுமி ஆகாயம் நோக்கி

உயிர் பிழைத்த குஞ்சு
ஒரு கண் பார்வையிழந்து தவித்தது
இடையில் தவறிய வழி தேடிக் கீச்சிட்டவாறு
எங்கோ எங்கோ பார்த்திருந்தது

மரணத்தின் நிழல் அதன் தலைக்கு மேலே
கவிழ்ந்திருந்த காலைப்பொழுதில்
கடும் பிரயத்தனத்துடன் ஒரு சொட்டுத் தண்ணீரை
அண்ணாந்து குடித்தது
உலகில் அதற்கென ஆண்டவன் வைத்திருந்த
கடைசி நீர்த்துளி அது

குஞ்சுடன் முன்னும் பின்னும் அலைந்து
சிறுமியின் பார்வைக்குத் தப்பித்திரிந்த மரணம்
முதலில் அதன் சின்னஞ்சிறு சிறகிரண்டிலும்

Faheema Jahaan

## The Little Girl's Baby Chick

On the two tiny white feathers
dust began to gather.
The fluffy body
now shrunk.
An accident,
her foot on the chick's head.
Her legs and body trembling
for a long time
the little girl watched
her chick suffer.

O dark cloud! Sprinkle your drops
and revive its body
O blue sky! Use your voice
to wake it from its eternal sleep
Blowing wind! With your gentle
hands open its eyes.
Dear chick! Push the pain away
and become well;
The little girl prayed
gazing at the sky.

The chick survived death.
With one eye blind,
having lost its way
it chirped
looking everywhere.

As the shadow of death
fell over its head
that morning
the chick tilted its head
struggling, drank a drop of water.
It was the last drop of water

வந்தமர்ந்தது
சிறகுகள் கீழே தொங்கிட மெல்லமெல்ல நகர்ந்தது குஞ்சு
அந்திப்பொழுதில் சாவு
அதன் கழுத்தின் மீதேறி நின்றது
ஒரு மூதாட்டி போலச் சிறகு போர்த்தி
அசைவற்றுப் படுத்தது குஞ்சு

இரவு நெடுநேரம் வரை காத்திருந்த மரணத்தின் கரங்கள்
சிறுமி தூங்கிய பின்னர்
துண்டு நிலவும் மறைந்து வானம் இருண்ட பொழுதில்
அந்தச் சிறுஉயிரைப் பறித்துப்போயிற்று.

God had kept for it
in this world.

The death that walked
with the chick all day
avoiding the sight
of the child,
first settled down on the
two tiny feathers.
As those feathers drooped
the chick moved slowly
By evening
death had climbed onto
its neck.
Like an old woman
the chick covered itself
in its feathers and lay unmoving.

Death's hands waited
late into the night
until the child fell asleep;
then after even the sliver of moon
had disappeared and the sky darkened
it took that tiny life and left.

கருணாகரன்

## அழகு

மரணம் ஒரு முத்தம்
கனிகளிடம் இல்லாத சுவை அது
மலர்களிடம் இல்லாத ஸ்பரிசம் அது
மரணம் ஒரு நிச்சயம்
எந்தக் கோட்டைகளும்
அதனிடம் வீழ்ச்சியடைந்துவிடும்
எந்தக் கைகளாலும்
அதைப் பறித்துவிட முடியாது
யாராலும் அதை இழக்கவும் முடியாது

மரணம் ஒரு தீர்க்கம்
அதன் வலிமையை நீ உணரவில்லை
அதன் வருகையை நீ அறியவில்லை
அது ஓய்வுபெற்ற பறவை
நம் தலைக்குமேலே
எப்போதும் பறந்து கொண்டிருக்கிறது
சிரிப்புடனும்
நம்மைப்பற்றிய கழிவிரக்கத்தோடும்

நான் அதன் முத்தத்துக்காக காத்திருக்கிறேன்
அதன் ஸ்பரிசத்தை நோக்கிப் பயணிக்கிறேன்

மரணத்தின் முத்தம் என் கனவு
அதன் ஸ்பரிசம் என் காதல்

Karunakaran

## Beauty

Death is a kiss.
It has a taste
not found in sweet fruit
nor in the touch of flower.
Death has a guarantee:
any tower will topple
before death;
no hands can pluck it
nor can one lose it.

Death is firm.
You have not comprehended
its strength;
you have not known
its arrival;
It is like a bird in retirement
flying above our heads
relentlessly,
with amusement
and pity for us.

I am waiting for its kiss
I am journeying towards its touch.

I dream of the kiss of death.
My love is its touch.

குர்ஷீத்

## பொருந்தா வாசகங்கள்

அவை அத்தனையும்
உடையக் கூடியவை
அவை யாவையுமே
நூதனம் பதிந்தவை
அவை முழுவதுமே
அழகியல் சூத்திர சூக்கும பின்னலுற்றவை

பைத்தியக்காரனின் கதறலாய்
சீக்காளியின் அரற்றலாய்
இரண்டு வயலின்களின் இடையீட்டில்
காது கொடுக்க அதிரும் ட்றம்ஸ்பீட்டாய்
சொல்லும் சொல்லினையும்
சொல்லின் மொழியினையும் கேளாது
உன் சொந்த வீரியத்தில் அனுப்பி வைத்தாய்
தத்தித் தத்தி அடி எடுக்கும் நம் குழந்தையை

புறவுருவக் கூடு சிதைய
உடைந்து கிடந்தவற்றின்
உட்சுவரில் வழிந்து கிடந்தவை
பனிமூட்டம் சமைந்த
பாசி
பஸ்பம்
பளிங்குறு ஒளிர்மணிகள்

## Kurshith
## Unfit Statements

All of them are breakable
all of them are unique
all of them are woven with
sublime principles of aesthetics.

You refused to listen;
neither to the uttered word
nor to the spoken language,
as if the speech
became a lunatic's screams.
The patient's plaintive cries
the drum beat that throbs
between two violins
drowning the ear.
Filled with your pride
you sent out our child
that toddler.

When the outside structure
shattered
what was weeping inside
the broken
inner walls were misted
Moss
Ash
Marble  glowing beads.

மஜீத்

## பிரிக்க முடியாத நிமிடங்களின் உடைந்த சம்மதம்

தனித்த நிமிடங்களில்
எனக்குள் எங்கோ ஒரு இடைவெளியில்
நீ இருக்கிறாய்

எது கொண்டும் நிறைத்துவிட முடியாத
வெற்றிடத்தில்
நீ இருந்துகொண்டு இருக்கிறாய்

மாயும்
ஒரு வண்ணத்துப்பூச்சியின்
மெல்லி பாடலைக் கேட்டுக் கொண்டு
மலர்களின் மாயச் சிறகுகளை
நான் வருடிக் கொண்டிருக்கையில்

நீ நிலவை ஊதி அணைத்து விடுகிறாய்

காற்றின் தூரிகையினால் நதியினை தொட்டு
நிலவில்
சப்திக்கும் இரவினை
எழுதிக் கொண்டிருக்கையில்

நீ கடலலையின் துடிக்கும்
இமைகளை நிறுத்திவிடுகிறாய்

நீளும் வெளியில் படபடத்து
சிறகெறிந்து செல்லும்
பறவைகளின் நளினங்களில் மயங்கி
நான் சிலிர்த்துக் கிடக்கையில்
நீ வெட்கத்தின் விரல்களை கொளுத்திக் கொண்டு
மௌனித்து விடுகிறாய்

மென்தூறலில் தோகை விரிக்கும் புல்லிதழில்
நான் உறங்கிவிட நினைக்கையில்

## Majeed
## The Broken Agreement of the Indivisible Minutes

In the lonely minutes
you exist in an interstice
somewhere within me.

You live on
in an empty space
that cannot be filled
with anything else.

While I listen
to the mortal
butterfly's song,
while stroking the magical
feathers of flowers

you blow out the moon like a candle.

While I dip the brush of air
in the river and write
the moon vibrating night

you stop the trembling eyelashes
of the ocean wave.

While I swoon
at the elegant beauty
of the birds that fly,
the vast plain flapping
their wings,
you light up
the fingers of shame
and become silent.

நீ பெருமூச்சின்
அக்கினி குளிரின் விளிம்புகளை
உலர்த்திவிடுகிறாய்

இன்னுமின்னும்
நம் முரண்பாட்டை பின்னங்களால் பிணைத்து
பின்னிக்கிடந்தாலும்
தனித்த நிமிடங்களில்
எனக்குள் எங்கோ
ஒரு இடைவெளியில் நீ இருக்கிறாய்

எது கொண்டும் நிரப்ப முடியாத வெற்றிடங்களில்
நீ இருந்து கொண்டுதானிருக்கிறாய்

While I think of falling asleep
on the petals of grass
softly spreading their wings
in the gentle rain,

you sigh -
a fire
that hits the cool edges,
drying everything.

Even if our oppositions
bound by divisions
knotted together,
in the lonely minutes
you exist in an interstice
somewhere within me.

You live on
in the empty spaces
that cannot be filled
with anything else.

மு. பொன்னம்பலம்

## அகாலக் குளியல்

காலம் எனக்கு இருப்பதாய் தெரியவில்லை,
காசிருந்த காலத்தில்!
காசு கையைக் கடித்தபோது
காலம் மூக்கை நுழைத்தது.
காதல் வசப்பட்டு மயங்கி இருக்கையிலும்
காலம் இல்லாது போயிற்று.
பின்னொருநாள் காதலியாள் கண்ணீர் சிந்தத் தொடங்குகையில்
காலம் அரவு போல் முன்நெளிந்து அச்சுறுத்திற்று.
இன்னொருநாள் எமது ஊடலில் எழுந்த உரசலில்
காலம் அறுந்து அவள் கழுத்து மணிமாலையென என்முன் சிதறிற்று.
ஒருவாறு அவள் மனந்தேற்றி,
கொட்டுண்ட மணிகோர்க்க, காலமே நூலாய் உள்நுழைந்து
என்னைக் கிள்ளிற்று.
காதலியாள் மனைவியானதும்,
கலவியில் விளைந்த பிள்ளைகள் பிறந்ததும்
காலம் என்னை உருட்டி எடுத்து வீசிற்று
கரையில் எத்துண்ட மீனாய் துடிதுடிப்பு.
ஆயினும் என்னோடு கூடவந்த அறிவு
காலத்தை இடைக்கிடையே அறுத்து
விட்டெறியும் என்னைப் பேர் வெளியில்
அகாலக் குளிப்பு!
என் காக்கைச் சிறகுதறலில்
எனைப்போர்த்திருந்த காலநீர் தெறித்தகல
அகாலக் குளிப்பில் ஆன்மா!

Mu. Ponnambalam

## Time and the Soul

Time was always estranged;
when money seemed abundant,
then hard times appeared,
time forced its way.
When I swooned with love
time disappeared again.
Later, when my lover started weeping
time, like a serpent, slithered
baring its fangs;
another day, when our lovers' quarrel turned sour
time, like beads from a broken necklace
lay scattered before me.
Having consoled her wounded heart
I gathered the beads, and
time, threading its way in
pinched me.
When the lover became my wife
and children appeared
time, now a gale, swept me asunder
like fish out of water;
My wisdom at my side
now and again
snapped the hold of time, and
threw me into space.
The water of time on my back
scattered in the beating of my wings
my soul emerged
bathed and refreshed.

நபீல்

## பனிக்குளிர்

மெழுகாக நான் உருகி கொஞ்சம் அழவிடு
உன்னைப்போல

என்னை எனது நினைவுச் சிற்றெறும்புகள்
இழுத்துச் செல்வதற்கென்றே
நீ கீறிய பாதைகளை அழித்துவிட முடியவில்லை

உனக்காகவும் எனக்காவும்
இரங்க மறுத்த அந்த இரவில்தான்
நிச்சயப்படுத்தப்படாத மழை பெய்யத் துவங்கியது

ஓர் ஊமை கண்டெடுத்த புதையலைப்போல
என் உள்ளுணர்வுகளை
உன்னிடத்தில் நான் உரைக்க முடியாமல்
பதறியதை நீ அறிவாயா

காட்டு ரோசா
கொடி மல்லிகை
செவ்வரத்தைபோல
நான் உன் பெயர்கொண்ட மரமாகி
ஒவ்வொரு பனிக்காலையிலும் பூத்துக் கொட்டுகிறேன்

## Nafeel
## Morning Dew

Let me weep for a while
like melted wax.
Like you

I cannot erase the paths you drew
for the tiny ants of memory to drag me along.

The night that refused
to pity you and me
when the rain that had been
so tentative, descended.

Do you know
How I yearn to express
my innermost feelings
to you and find myself
struck silent
like a treasure discovered by
a mute?

Like Wild Rose
Creeping Jasmine
Hibiscus
I become a tree with your name
bloom every dewy morning.

நிலாந்தன்

## கார்த்திகை முன்னிரவு

மழைக்குருவியின்
குளிர்ந்த பாரமற்ற குரல்
வீரர்களைப் புதைத்த காட்டில்
சலித்தலைகிறது.

ஈமத் தாழியுட
கார்த்திகை நிலவு
ஒளியூறிக்கிடக்கிறது.

வழிபாடில்லை
வணக்கப்பாடலும் இல்லை
நாயகர் இல்லை
பேருரை இல்லை
நனைந்த காற்றில் உருகிக் கரையும்
தீச்சுடர் வாசமும் இல்லை.

பெயர்க்கப்பட்டது நடுக்கடல்
துயிலாதலைகிறது
பெருங்கனவு.

இரும்பு வணிகர்
உலவும் காட்டில்
பூத்திருக்கிறது கார்த்திகைப்பூ.

Nillanthan

## Early Night in November

The Rainbird's
light, gentle voice
blunders around
the forest
where the brave are buried

The November moon
shines
in the burial urn.

No prayer,
no eulogy,
no hero
no speech.
Not even the smell
of a burning lamp
melting in the wet air.

The sea was split
the great dream wanders
restless.

In the forest where
the metal traders
roam
blooms the *gloriosa*.

ஊர்வசி

## அவர்களுடைய இரவு

நிழலே இன்றி
வெயில் தகிக்க
நீளும் பகல் பொழுதில்
தனியாக ஒரு காகம்
இரங்கி அழும்.

வேலி முருங்கையும்
மௌனமாய் இலையுதிர்க்கும்
அரவமொடுங்கிய
நள்ளிரவுகள்.
ஆள்காட்டிமட்டும்
ஒற்றையாய்க் கூச்சலிடும்
சேலைக் கொடியில்
அவனது வேட்டி ஆடும்....
நெஞ்சில் திகில் உறையும்;
விழித்தபடி தனித்திருத்தலில்
மனம் வெந்து தவிக்கும்.

அன்றைய முன்னிரவில்
நெஞ்சில் ஆழப் பதிந்தவை
மீண்டும் கருக் கொள்ளும்;
அச்சம் சுண்டியிழுக்கும்.

அந்த இரவில்
இருள் வெளியே
உறைந்து கிடந்தது
ஐந்து ஜீப்புகள்
ஒன்றாய்ப் புழுதி கிளப்பின
சோளகம் விசிறி அடித்தது
என் ஆழ்மனதில்
அச்சம் திரளாய்
எழுந்து புரள
அவனை இழுத்துச் சென்றனர்.

## Oorvasi
## Their Night

Shadeless
the sun scorches
the long day;
a lone crow
weeps in sorrow.

Even the *murungai* tree
at the fence
sheds its leaves in silence.
On still soundless nights
only the lapwing
cries out alone.
His *vetti* hangs
on the clothes line,
terror freezes the heart;
waiting alone
wide awake
the mind sears and suffers.

Early last night
Thoughts, deeply etched
rise again.
Fear will tug and beckon
that night.

When darkness smothered everything
five jeeps
raised the dust together.
A squall of South Wind blew
harshly
as terror rose
and filled
the deepest recesses

பல்லிகள் மட்டும்
என்னவோ சொல்லின
கூரைத்தகரமும் அஞ்சி, அஞ்சி
மெதுவாய்ச் சடசடத்தது.
காலைச் சுற்றிய குழந்தை
வீரிட்டழுதது.
விடுப்புப் பார்க்க
அயலவர் கூடினர்.

நீட்டிய துவக்குகள்
முதுகில் உறுத்த அவன்,
நடந்தான் அவர்களுடன்
அந்த இரவில்
ஐம்பது துவக்குகள்
ஏந்திய கரங்கள்
என்னுள் பதித்த சுவடுகள்
மிகவும் கனத்தவை.

அந்த இரவு
அவர்களுடையது.

of my heart.
They dragged him away

Only the wall lizards chirped
something.
Even the tin roof muttered softly
in fear.
The baby crawling around the feet
screamed loudly;
neighbors gathered
to watch the spectacle.

With pointed guns
prodding his back
he walked with them
that night.
The hands that held
fifty guns
pressed deep scars
into my heart

That night was theirs.

எம். ரிஷான் ஷெரீப்

## இரவு விழித்திருக்கும் வீடு

நீ கதிரறுக்கும் வயல்பூமியை மஞ்சளால் போர்த்திய
அம் மாலை நேரம் எவ்வளவு அழகாயிருந்தது
இறுதியாக செஞ்சாயத் தேனீரும் கருப்பட்டித் துண்டும்
சுமந்து வந்து அருந்த வைத்த உன் மனைவியின்
காலடித் தடத்தில் முழுவதுமாக இருள் உறைந்த
உனது தற்கொலைக்கு முன்னதான அக் கணம் வரை

பயிர்களை விதைக்கையில் நீயெழுப்பிய இனிய கீதம்
அம் மலைச்சரிவுகளில் இன்னும் அலைகிறது
மேய்ப்புக்காக நீயழைத்துச் செல்லும் செம்மறிகள்
ரோமம் மினுங்க வந்து காத்துக் கிடந்தன
களைகளகற்றுமுன் வலிய கைகளை
நெடுங்காலமாய்க் காணா பூமி வரண்டிருந்தது
மூதாதையர் தோண்டிய கிணற்றில்
ஒரு துளி நீரிருக்கவில்லை

நிலம் வெடித்துப் புழுதி கிளம்பும் காலங்களில்
அயல்கிராமங்களுக்கு கல்லுடைத்துச் சீவிக்கச் செல்லும் சனம்
அனல்காற்றில் வெந்துருகிச் சில காசு பார்க்கும்
விவசாயம்தான் மூச்செனை வீராப்பாய் நீயிருந்தாய்

தந்தையைத் தேடியழும் பாலகிக்கு எதுவும் தெரியவில்லை
நச்சுச் செடிகளுக்கென தெளிக்க வைத்திருந்த கிருமிநாசினியை
உன் குடிசைக்கு எடுத்து வருகையில்
மனைவிக்கும் தவறாயெண்ணத் தோன்றவில்லை
விதைக்கும் காலத்தில் சேற்று மண்ணில் நீ தூவிய விதைகள்
கடன்களாய் முளைத்திருந்தன
உன் எதிர்பார்ப்புக்களையெல்லாம் வெள்ளத்தில் சுமந்துசென்று
ஆற்றில் சேர்த்தது பருவம் கடந்து வந்த மழை

வெயிலின் முதல் கிரணம் முற்றத்தில் வீழ்ந்த
அன்றினது விடிகாலையில் உன்னோடு ஓய்ந்த பாடல்
எழவேயில்லை உன் வீட்டில்

M. Rishan Shareef

## A House That Cannot Sleep

You took your life;
until then,
bathed in the hues of yellow
the beauty of the field
you harvested.
The black tea with the cube of sugar
your wife brought, waited for you to drink;
her footprints now blackened,
you took your life.

Your songs as you sowed
still roam through the mountains;
the sheep you grazed
their skins glistening
still wait for you.
The land now parched,
no strong hands to
pluck its weeds.
No drop of water
in the well
your ancestors sank.

When the parched earth broke
with swirling dust
folks left for villages nearby
breaking stones in the blistering heat
for a pittance;
you stood firm,
your life was to plant.

The child crying for her father
knows nothing;
your wife saw nothing amiss
as you brought the weedicide home;

எல்லோரையும் உறங்க வைத்த அன்றைய இரவு
விழித்திருந்தது என்றென்றும்

the seeds you sowed in the wet soil
now sprouted like debts;
all your dreams swept in the rain
reaching the river.

As the sun rose
the song ended with you,
never to be heard in your house;
as everyone slept,
in your house, forever
the night lay awake.

சண்முகம் சிவலிங்கம்

## வாழ்வும் மரணமும்

அவளின் அழுகை சகிக்கவேயில்லை
விளக்கை அலமாரியில் வைத்துவிட்டு
கதவைத்திறந்து
வெளியிலே வந்தேன்

நிலவு மங்கலாக விழுந்த வாசலில்
நாலைந்து முறை
நடந்து குழம்பினேன்

கோயில் அரசமரம் முன்னால் தெரிந்தது
எல்லா இலையும்
உதிர்ந்த கிளைகளின் பின்னால்
நரைத்த பெரிய நிலாப்பந்து

மங்கல்
வெறுமை
மயக்கம்
மணல் சிதற
எங்கும் நடந்தேன்
எனது அடியின் கீழ்ப்பட்டு
இறுகிப் பதிந்தும் உதிர்கின்ற
மண்ணின் நெருளை மனதில் புரட்டுகிறேன்

இன்னமும் வேகமாய் இன்னுமின்னும் வேகமாய்
மேலும் கீழும்
மீண்டும் மீண்டும்
எனது கால் நோகும்வரையும்
மணல்கள் நொறுங்க நடந்தபின்
ஆறிப்படியில் அமர்கிறேன்

நானும் அவள்போல் அழுது நயமென்ன?
வீதியில் நேரும் விபத்துகள் எத்தனை?
அந்த விபத்தினைப் போன்று
சிலவேளை சந்தித்தல்கூடும்

Shanmugam Sivalingam

## Life and Death

I couldn't bear her weeping
Placing the lamp in the cupboard
I opened the door and came out.

In the front doorway
lit by a pale moon
I walked around
four five times
confused.

The Bo-tree of the temple
seen in the foreground;
behind its empty branches
denuded of leaves
the large gray moon.

Colorless
Empty
Faint
Kicking sand
I walked everywhere;
the grainy sand
scraping the bottom
of my feet
rubs against my heart.

Faster and faster
up and down
again and again
I walk
until my feet hurt,
the sand crushed beneath me.
I rest on the steps.

அதற்காய்ச் சரித்திரத்தை
உந்தும் விசைகள் உறங்குமா என்ன?
எழுந்து
கதவைத் திறந்துள்ளே வந்தேன்
அவளின் அழுகை ஒலி இன்னும் கேட்கிறது.

What is the point in crying like her?
How many accidents happen on the roads?
There is a chance that one might
encounter such an accident.
Do the powers that push history
ever stop moving?
Getting up
I opened the door and came in
I could still hear her crying.

ந. சத்தியபாலன்

## மூன்று பொம்மைகள்

விளையாட்டுக் குழந்தை
பாகம் பாகமாய்ப் பிரித்துப் போட்ட
பொம்மையை
சரி செய்யும் பணியில்
நீயும் நானும்
கழுத்தோடு நிற்கமறுத்து
அல்லாடுகிறது பொம்மைத்தலை
கால்களும் கைகளும் கூட
பொருத்தப்போன இடங்களை
நிராகரித்து அடம்பிடிக்கின்றன
ஒருவாறு எல்லாவற்றையும்
சரிக்கட்டி நிமிர்கையில்
கண்ணிற்படுகிறது
கடந்து கொண்டிருந்த
வருடவரிசையில்
மேலுமொன்றினது முதுகு
ஓசையெழாமல்
குழாய் வழி வழிந்து
வெளியேறி விட்ட
தாங்கித் தண்ணீராய்
வீணாகிப்போன வாழ்வுபற்றி
ஒரு கணம் துணுக்குறும் நெஞ்சு
வேலைகளூடும்
தூக்கத்தினூடும்
எல்லாவற்றையும்
மறக்கின்ற எத்தனத்தில்
காலத்தைக் கரையவிட்டு
தலைவெளுப்பைப் பறைசாற்றும்
நிலைக் கண்ணாடியோடு
சமாதானமாகி
உரையாடுகின்றேன் நான்
பிடுங்கியபடி இருக்கிறாய் நீ

N. Sathiyabalan

## Three Dolls

You and I
trying to fix
the doll
the naughty child
has taken apart;
The head wobbles,
refusing to stay atop
the neck.
Even the hands and feet
stubbornly refuse to stay fixed.
Somehow after
everything has been
made right
looking up
the eye catches sight
of the back of one more year.
Soundlessly
Like water
trickling out of the tank
my heart flinches
for a moment
over a wasted life;
between work
and sleep
attempting to forget
everything,
dissolving time.
The mirror reflects
the graying head;
while I converse with it
after making peace
you continue to
pester me.

சிவசேகரம்

## போரும் தீர்வும்

போர் முடிந்தபின் சொன்னார்கள்:
''போர்கள் எதையுமே தீர்ப்பதில்லை
எல்லாவற்றையும் பேசியே தீர்த்திருக்கலாம்''

ஒருகணம்
சரிபோல இருந்தது
மறுகணம்
பிழைபோல இருந்தது.

குண்டு விழுந்த மருத்துவமனையையும்
எரிந்துபோன நூலகத்தையும்
தரைமட்டமான கிராமங்களையும்
உழவு மறந்த வயல்களையும்
காணாமற் போன மனிதர்களையும்
கேட்டேன்.

பதில் இல்லை.

ஒரு பையனைச் சுமந்து சென்ற துப்பாக்கி சொன்னது:
''பேசி எதுவுமே தீராததால்
எல்லாவற்றையும் போர்களே தீர்க்கின்றன''

அது சரிபோலவும் பிழை போலவும் இருந்தது.

Sivasegaram

## War and Resolution

After the War was over they said,
"wars do not solve anything.
We might as well have solved everything
through discussion."

For a moment
it felt right;
the next moment
it felt wrong

I asked
the bombed hospital
the burned down library
the villages now abandoned
the folks disappeared.

No answer.

A gun that was carrying a boy said,
"As talks do not solve anything
all is resolved through war."

That sounded right and wrong

சித்தாந்தன்

## ஆதியிலிருந்து என் வருகை

ஆதியிலிருந்து நான் வருகிறேன்.
என் வருகை முதலில்
நந்தவனங்களுக்கூடாய் நிகழ்ந்தது.
பின், எரிந்த வனங்களூடாய் நிகழ்கிறது.

சாம்பல் மண்டிய மேடுகளில்
என் சுவடுகள் முளைத்திருக்கின்றன.

யௌவனம் சுருங்கி துயர்கீறிய
என் முகம் விழிகளை
நந்தவனக் கனவுகளுக்குள்
தொலைத்திருக்கிறது.

வெப்பம் வழியும் பொழுதுகளுக்குள்ளும்
என் வருகை நிகழ்கிறது.

வீச்சு நிரம்பிய என் பாதங்கள்
அனலில் நனைந்து நனைந்து
வீறடைந்து சுவடுகளைப் பெருக்குகிறது.

ஆதியிலிருந்து நான் வருகிறேன்.

என் வருகை
நந்தவனங்களூடாய் நிகழும்
கனவுகளில் திளைத்திட நான் வருகிறேன்.

## Siththanthan
## My Arrival From Ancient Times

I have been appearing
from time immemorial.
In the beginning
my arrival was through the Gardens;
then it began to take place
through burned out forests

On ash covered mounds
my footprints have sprouted.

My grief drawn face
its beauty shrunk,
has lost its eyes
in the dreams of the Gardens.

In heat-filled moments too
my arrival happens.

My vibrant feet
dipped and dipped in the fire
become virile and multiply
their footprints.

I have come from Ancient times

I have arrived
to revel in the dreams that
run through the Gardens.

சோலைக்கிளி

## தொப்பி சப்பாத்து சிசு

தொப்பி
காற்சட்டை சப்பாத்து
இடுப்பில் ஒரு கத்தி
மீசை
அனைத்தோடும் பிள்ளைகள் கருப்பைக்குள் இருந்து
குதிக்கின்ற ஒருகாலம் வரும்.

அந்த
தொப்பி சப்பாத்து சிசுக்களின் காலத்தில்
பயிர்பச்சை கூட இப்படியாய் இருக்காது.
எல்லாம்
தருணத்தில் ஒத்தோடும்.

சோளம் மீசையுடன் நிற்காது.
மனிதனைச் சுட்டுப் புழுப்போல குவிக்கின்ற
துவக்கை ஓலைக்குள் மறைத்துவைத்து ஈனும்.

வெள்ளை சிவப்பு
இளநீலம் மஞ்சள்
என்று கண்ணுக்குக் குளிர்த்தியினைத் தருகின்ற
பூமரங்கள் கூட
சமயத்திற் கொத்தாற்போல் துப்பாக்கிச் சன்னத்தை
அரும்பி அரும்பி
வாசலெல்லாம் சும்மா தேவையின்றிச் சொரியும்.

குண்டு குலைகுலையாய் தென்னைகளில் தொங்கும்
இளநீர் எதற்கு?
மனிதக் குருதியிலே தாகத்தைத் தணிக்கின்ற
தலைமுறைக்குள் சீவிக்கும்,
கொய்யா முள்ளாத்தை
எலுமிச்சை அத்தனையும்
நீருறுஞ்சி இப்போது காய்க்கின்ற பச்சைக்காய்
இரத்தம் உறுஞ்சும் அந்நேரம் காய்க்காது.

## Solaikkili
## A Baby in Cap and Boots

There will be a time
when babies will leap
out of wombs wearing
everything:
Military caps, trousers, boots, moustaches
A knife at the hips.

During the time
of cap – and – boots babies
even the green fields
will be different.
Everything will
fall in line.

The corn will stand
without its tassels,
and will in secret
hide within its husks
then yield the guns that kill
men and heap them
like piles of worms.

White, red, light blue, yellow.
Even the flowering trees
beautiful to behold
will inhale deeply
the sound of guns
and drop their flowers
for no reason in the yard.

The coconut trees will bear
bombs in bunches.
Who needs that coconut water?
Future generations will quench

வற்றாளைக் கொடி நட்டால்
அதில் விளையும் நிலக்கண்ணி
வெண்டி அவரை பீர்க்கை
நிலக்கடலை தக்காளி
எல்லா உருப்படியும் சதை கொட்டை இல்லாமல்,

முகர்ந்தால் இறக்கும்
நச்சுப் பொருளாக
எடுத்தால் அதிரும்
தெருக்குண்டு வடிவாக
உண்டாகிப் பிணமுண்ணும் பேய்யுகத்தை வழி நடத்த...

உள்ளியும் உலுவாவும் சமைத்துண்டு ருசிபார்க்கும்
மனிதர் எவரிருப்பார்?
கடுகு பொரித்த வாசம்தான் கிளம்புதற்கும்
ஆட்கள் அன்றிருக்கார்!

இவர்கள்
பொக்கணிக் கொடியோடு பிறந்த ஒருவகைப்
புராதன மனிதர்களாய் போவர்.

their thirst in human blood.
Gauva and lime
green fruits that bloom
drawing on water
will stop bearing fruit
in that blood sucking time.

If you planted watermelon
land mines will sprout;
okra, bitter melon,
peanuts, tomatoes
every product
will have no seed or flesh.

To sniff is to die
of poison gas.
To touch means
the tremble of the
street bomb.
To create and conduct
this corpse-eating devil era...

Where would be the folk
who love the joys
of cooking and eating
garlic and fenugreek?
There would be no one human
to create that garnish
of mustard seeds in hot oil!

They will resemble
prehistoric people
born with birth cords.

உமா வரதராஜன்

## முன் பின் தெரியா நகரில்..

காலம் ஒரு பாம்பு போல்
தன் ' சட்டையைக்' கழற்றும் இந்த மாலைப் பொழுதில்
ஒரு கடற்கரை நகரத்துக்கு வந்து சேர்ந்திருந்தேன்.

இருள்வதும்
பின் நீலம் பூசி மீள்வதுமாய்
வானத்தின் வித்தைகள்.

சாலையெங்கும் இலைகளை வீழ்த்திக் கடக்கின்றது
ஊசி விரல்களுடன் குளிர் காற்று.
எதுவும் நிலையற்றதெனச் சொல்லக் காத்திருக்கின்றன
மரங்கள்.
சூதாட்ட விடுதிகளும் கடைத் தெருவும்
குளிர் மெழுகாய் உறைந்து போய்க் கிடக்கின்றன.

நெடியவன் ஒருவன்
தன் இடுப்பளவேயான சிறுமியைக் குனிந்து முத்தமிட்டவாறே
தள்ளிக் கொண்டு செல்கின்றான்.
மதுப் புட்டிகளுடன் விரைகின்றனர் நகரவாசிகள்.

பொய்யின் ஏழுவர்ணங்களுடன்
அகஸ்மாத்தாய் தோன்றுகிறது
வடபுறத்தே ஒரு வானவில்.

முன் பின் அறியா அந்த நகரத்தில்
ஏதோ ஒரு காலத்தின் வாசனையை நுகர்கிறேன்..
மலை வழிப் பாதையில் இங்கே வரும் போது
என் கண்களுக்கு மாத்திரம் தெரிந்தன
ஏராளமான குகையோவியங்கள் .
நான் தங்கிய விடுதி அறைக் கதவின் கைப்பிடியில்
அவள் தடங்களையும்,
சாளரத்தின் திரைச் சீலை போல்
அவள் காற்றுக்குப் படபடப்பதையும் கண்டேன்.

Uma Varatharajan

## Alien City

It is evening
snake-like, time sheds its skin,
I reached a coastal city.

A magical sky
now dark,
now laced with blue.

Leaves strewn on the streets;
a piercing cold wind;
nothing lasts, the trees
appeared to proclaim.
shops and gambling dens
frozen like wax.

A tall man bends to kiss
a small girl,
pushes her along.
City folks hurrying
bottles of beer in their hands.

In the north a rainbow
resplendent
its seven colors of deception.

In this alien city
I sense a familiar time;
along the winding hilly road
only my eyes could see, a
profusion of cave drawings;
In my hotel room
on the handle of the door
the marks of her hand;

திரும்பும்  வழியெங்கும்
எஞ்சி இருந்தது மலையின்  மௌனம்
விடுதி அறையைத்  திறந்த போது
இடம் பெயர்ந்து அங்கே  காத்திருந்தது
அந்த வானவில்.

I saw her flutter
like a window blind.

Wherever I turned
just the silence of the hills;
I opened the door
displaced and waiting, the
rainbow.

சு.வில்வரத்தினம்

## வேற்றாகி நின்ற வெளி

வெளியாரின் வருகையோடு
வேர்கொண்ட வாழ்வையும் பிடுங்கிக் கொண்டு
மக்களெல்லாம் வெளியேறிய ஓரிரவிற்குப்பின்
விடியப் பார்த்தால்
வாழ்வெனும் வெள்ளம் வற்றிக்கிடந்த திடலாய்
கிராமம்.
முற்றத்துச்சூரியன்
முற்றத்து நிலா
முற்றத்துக்காற்றென
வீட்டுமுற்றங்களுக்கே உரித்தான
வாழ்வனுபவங்கள் விடைபெற்றுக் கொண்டன.

வேலிகளை வெளியார் வெட்டிப் போட்டார்கள்.
வாசல் கதவுகளை உடைத்துப் போட்டார்கள்.
உள்ளதையெல்லாம் கொள்ளையடித்தார்கள்.
வீடுகள் திறந்தபடியே கிடந்தன.

திறந்த வாசல்களூடே நுழைந்த காற்று
கதவுகளை சாத்தியும் திறந்தும் தள்ளியும்
உள்ளோடியோடி எதையெதையோ முயன்று
உறவின்மை கண்டபின் தோற்றோடி
வேற்றாகி நின்ற வெளியிடைத் தோய்கிறது.

வெளிகொண்ட காற்று
வெளிகொண்ட நிலா
வெளியை வெறிக்கின்ற சூரியன்.

வெளியிடை வெறித்த பார்வையோடு நிற்கிறேன்
ஏதோ மோப்பம் பிடிக்குமாப்போல்
மெல்லெனவந்த காற்று
விலகிச் செல்கிறது ஒரு வேற்றானைப் போல.

விழிகளைப் பெயர்க்கிறேன்
வேற்றாம்பார்வை என்னிலும் தொற்றியதோ?

S. Vilvaratnam

## The Alienated Land

With the coming of the Outsiders
that night
rooted lives were plucked,
all the people left.
At dawn
the village looked
like a land
emptied of the floodwaters
of life.

The court-yard sun
the court-yard moon
the court-yard wind
all the joys of the court-yard
said their goodbyes and left.

The outsiders cut down the fences
broke down the front doors
looted all we owned
left the houses gaping open.

The wind that entered through
the open doorways
shut the doors
open them wide
swept in, tried every way
until it saw the emptiness.
Now lost, it languishes in the
void outside.

The wind of the open land
the moon of the open sky
the sun that glares at the emptiness.

விலகல்

மெல்ல விலகல்; மேலும் விலகல்.

விட்டு நீங்கும் கப்பற்துறை வரையும்

விலகி வந்தாயிற்று கடைசியாய்.

காற்று மோப்பம் பிடித்தது சரிதான்.

இதோ கப்பல் நகர்கிறது

கனத்துக் கிடக்கும் இதயச்சுமையையும் தாங்கியவாறே.

விலகிச் செல்லும் துறைமுகம்

வழியனுப்பவும் வாராதிருந்த முதியவரின் சோகத்தை

அப்பிக் கிடந்ததென.

தூரத்தே

புகார் மூட்டமெனத் தெரியும் பனைகளுக்கு அப்பால்

வேற்றாகி விண்ணாகி நின்ற வெளியுள்

குமைகிறது காற்று

I am standing in this emptied land
staring with vacant eyes;
the wind that comes by gently
sniffs at me and moves away
as if from a stranger.

I am gouging my eyes out;
has that stranger's stare
infected me too?
Slowly, slowly I move
away.
Finally, I moved
all the way
to the sea port.

The wind was right to sniff me out.

See the ship is moving
bearing the burden of the heart.

The harbor fading behind,
covered in the sorrow
of the elder
who had not come
even to say goodbye.

In the distance
beyond the cluster of Palmyrahs
in the alienated
emptied land
the wind swirls.

அபி

## மாலை தணிவு

காடு எரிந்த கரிக்குவியலில்
மேய்ந்து களைத்துத்
தணிந்தது வெயில்
என்னோடு சேர்ந்து

இதோ இதோ என்று
நீண்டு கொண்டே போன பாதைகள்
மடங்கிப்
பாலையினுள், முள்வெளி மூழ்கச்
சலனமற்று நுழைந்துகொண்டன

விவாதங்கள்
திரும்புவதற்கு அடையாளமிட்டுப் போன
வழிகளில்
அறைபட்டுத் திரும்பின

முடிவுகள்
அரைகுறைப் படிமங்களாக வந்து
உளறி மறைந்தன
பசியும் நிறைவும்
இரண்டும் ஒன்றாகி
என் தணிவு

வேறொரு விளிம்பைச்
சுட்டிக் காட்டாத
விளிம்பில்
தத்தளிப்பு மறைந்த
என் தணிவு

நிகழும் போதே
நின்றுவிட்ட என் கணம்
குளிரத் தொடங்கியது
என் தணிவைத் தொட்டு

## Abi
## Evening - Tranquility

The forest, burnt
became a heap of charcoal.
The sun, now tired,
grazed on it
along with me.

The paths that stretched endlessly
twisted, entered the wilderness
and sank into the brambles
silently.

Arguments beaten
returned by the same path
following the marks
they had made.

Decisions came in half images,
babbled and vanished.
Hunger and satisfaction became one.
There was my tranquil moment.

At an edge
that didn't point to another,
there was my tranquility
after the struggle.

My moment came to a standstill
even as it arrived;
started cooling down
touching my tranquility.

# இந்தியா
# India

தேவதேவன்

## அமைதி என்பது...

பொழுதுகளோடு நான் புரிந்த
யுத்தங்களையெல்லாம் முடித்துவிட்டு
உன்னருகே வருகிறேன்

அமைதி என்பது மரணத் தறுவாயோ?
வந்தமர்ந்த பறவையினால்
அசையும் கிளையோ?
வாழ்வின் பொருள் புரியும்போது
உலக ஒழுங்கு முறையின் லட்சணமும்
புரிந்துவிடுகிறது.

அமைதி என்பது வாழ்வின் தலைவாசலோ?
எழுந்து சென்ற பறவையினால்
அசையும் கிளையோ?

## Devadevan
## Peace Is …

Having finished all my struggles
with the times,
I come to you.

Is peace the hour of death?
Or is it a bough swaying
with a bird settling on it?
When one understands life
the nature of the world's orderliness
is also understood.

Is peace the threshold of life?
Or the swaying of a bough
When a bird takes wing?

தேவதச்சன்

## என் நூற்றாண்டு

துணியால் வாயைப் பொத்தி அழுதபடி
ஒரு பெண் சாலையில் நடந்து போகிறாள்
  என் பஸ் நகர்ந்து விட்டது
படிவங்கள் நிரப்பத் தெரியாமல் ஒரு முதியவர்
மருத்துவமனையில் திகைத்து நிற்கிறார்
  என் வரிசை நகர்ந்து விட்டது
தண்டவாளத்தில் ஒரு இளைஞன் அடிபட்டு
தண்ணீர் தண்ணீர் என்று
கையசைத்துக் கொண்டிருக்கிறான்
  என் டிரெயின் நகர்ந்து விட்டது
எவ்வளவு நேரம்தான் நான் இல்லாமலிருப்பது
எவ்வளவு முடியுமோ அவ்வளவு நேரம்
இருபத்தொன்றாவது நூற்றாண்டு எவ்வளவு நேரமோ
அவ்வளவு நேரம்.

## Devathachan
## My Century

A woman walks along the road
her mouth covered
with a piece of cloth,
sobbing.
My bus moves away.

An old man unable
to fill out the hospital forms
stands confused.
My line up moves away.

A young man lies wounded
on the tracks
gesturing for water.
My train moves.

How long am I to be absent?
As far as possible –
as long as this century.

ஞானக்கூத்தன்

## அன்று வேறு கிழமை

நிழலுக்காகப் பாடையின் கீழ்
பதுங்கிப் போச்சு நாயொன்று
பதுங்கிச் சென்ற நாய்வயிற்றில்
கிழக்குக் கோடிப் பிணந்தூக்கி
காலால் உதைத்தான். நாய் நகர
மேற்குக் கோடிப் பிணந்தூக்கி
எட்டி உதைத்தான். அதுநகர
தெற்குக் கோடிப் பிணந்தூக்கி
தானும் உதைத்தான். அதுவிலக
வடக்குக் கோடிப் பிணந்தூக்கி
முந்தி உதைத்தான். இடக்கால்கள்
எட்டா நிலையில் மையத்தில்
பதுங்கிப் போச்சு நாய்ஒடுங்கி
நான்கு பேரும் இடக்காலை
நடுவில் நீட்டப் பெரும்பாடை
நழுவித் தெருவில் விழுந்துவிட
ஓட்டம் பிடித்து அவர்மீண்டும்
பாடைதூக்கப் பாடையின் கீழ்
பதுங்கிப் போச்சு நாய் மீண்டும்.

## Gnanakoothan
## It Was a Different Day

A dog seeking shelter
crouched under the canopy.
The pall-bearer at the eastern end
kicked the dog on the belly.
The dog moved away, but
the bearer at the western end
kicked it and the dog moved again
only to be kicked by the pall-bearer
at the southern end.
The dog moved again
and the man from the northern corner
kicked it away.
Then the dog came crouching to the centre,
beyond the reach of their left legs.
But all four
went at the dog vehemently
with their left legs.
The heavy canopy slipped
and fell on the street.
The men fled, but came back
and carried the canopy.
The dog crouched again
under the canopy.

## இளங்கோ கிருஷ்ணன்

### காயசண்டிகை

உன்மத்தம் முற்றிய ஒரு பௌர்ணமியில்
தன் பிச்சைப் பாத்திரத்தை
நீர்த் தொட்டியில் அமிழ்த்தெடுக்கிறாள்
ஒரு பைத்தியம்
அப்போது அது
அட்சய பாத்திரமாகிறது
இந்தாருங்கள் அமிழ்து அமிழ்தென
திசையெங்கும் அள்ளித் தெளிக்கிறாள்
இறைக்க இறைக்கக் கண்ணீர்போல்
சுரந்து கொண்டேயிருக்கிறது அப்பாத்திரம்
கோருவதற்கு யாரும் வராத அவ்விரவில்
சிமெண்ட தரையில் சிந்திய நீரில்
இறங்கி அதைப் பருகிக் கொண்டிருக்கிறது
முழு நிலா.

Ilango Krishnan

## Lunacy

A mad woman
with her lunacy at its worst
on a full moon night
dips her begging bowl
into a water tub
and it becomes the 'bowl of plenty'.
"Here is ambrosia!
Come and get it!"
She flings it
in all directions.
Like tears welling up,
it wells up from the bowl without end.
But in that night.
when there is no one to take it
the full moon descends into the water
spilled on the cement floor
and starts drinking it.

இசை

## ஒரு கோடியே நூற்றியெட்டு துயரங்கள்

இந்த உலகத்தில்
ஒரு கோடியே நூற்றியெட்டு துயரங்கள்
இருக்கின்றன
வரலாறு, தத்துவம் மற்றும் இலக்கியங்களால்
இன்னும் ஆயிரத்துக்கும்
அதிகமான துயரங்களைக்
கண்டறிய முடியவில்லை
உலகின் தலை சிறந்த
ஓவியர்கள் வசமிருக்கும்
நூற்றுக்கும் அதிகமான வர்ணங்களால்
ஒரு கோடியே நூற்றியெட்டு துயரங்களைத்
தீட்ட இயலவில்லை
பசி என்பது
முதல் துயரமாகப் பெரும்பான்மையோரால் ஏற்றுக் கொள்ளப்பட்டு விட்டது
98 ஆம் துயரக்காரனான என்னை
1002 ஆம் துயரக்காரனொருவன்
பரிகசிக்கையில்
எனக்குச் சினம் மேலிடுகிறது
ஒரு துயரமும்
இன்னொரு துயரமும்
தமக்குள் சண்டையிட்டுக் கொள்வதையே
நாம் வரலாறு என்கிறோம்.

Isai

## Ten Million One Hundred and Eight Sorrows

In this world, there are
ten million one hundred and eight sorrows.
Our history, philosophy and literature
cannot identify more than a
thousand sorrows.
The greatest painters of the world
with all the colours they possess
(Which are more than a hundred)
cannot portray
all these ten million one
hundred and eight sorrows.

Hunger is widely accepted
as sorrow number one.
When I, holding the $98^{th}$ sorrow as mine
am ridiculed
by a person whose sorrow is no 1002,
I lose my temper.
It is the conflict between
one sorrow and another
we call history.

கலாப்ரியா

ஸ்ரீபத்மனாபம்

தவத்தை விற்று
வரம் வாங்கினோம்
'அப்பாவின் பிணம் அழுகக்கூடாது
அழுகவே கூடாது.'

பட்டுப்பழகின
கடவுள் தந்தான்
'ஆனால் நாற்றமெடுக்கும்' எனச்
சொல்லி மறைந்தான்.

குடும்பத்தில் சிலர்
பிணத்தை தொடுவதில்லை
அம்மாவுக்கு சௌகரியமாப் போச்சு
'விற்று வந்த' காசுகளை
பிணத்தின் மடியில்
ஒளித்து வைப்பாள்.

ஒரு நாள் மட்டும்
பிணத்தினருகே படுக்க
யாருக்கும் விருப்பமின்றி போக
அதை தூக்கி
உத்திரத்தில் கட்டிவைத்தோம்
(ஒற்றுமையாய்)

நெஞ்சில் ஆறாமலே போன
புண்ணொன்றில்
ஊதுபத்தி குத்திவைக்க மட்டும்
நான் அருகே போவேன்.

எட்டாத ஸ்விட்சைப் போட
தம்பி
அப்பாவின் மேல் ஏறுவது
வழக்கமாப்போச்சு.

## Kalapria
## Immortality

We sold our *tapas*
and bought a boon:
"Father's dead body
should not decompose,
not at all."

And God, used to such things,
granted the boon and said,
"But it will create a foul smell"
and vanished.

Some people in the family
never touch a corpse.
It was convenient for mother.
She hid the money she had earned
in the lap of the corpse.

One day, no one was willing
to lie near the corpse.
So we lifted it
and tied it to the beam
resolutely.

I used to go near it
just to place an incense stick
in a raw wound on the chest
that never healed.
And my brother stepped on father
to reach for the light-switch.

No one, not a thing
comes near our house.
(The postman has no need to do it)
However, some pall-bearers

யாரும்
எதுவும் வீட்டுப்பக்கம்
வருவதேயில்லை.
(போஸ்டமேனுக்கு – இந்த
அவசியமில்லாமல் போச்சு)
ஆனாலும் சில
பிணந்தூக்கிகளும்
சாஸ்திரிகளும்
அடிக்கடி
வந்து போகிறார்கள்
இன்னும் நம்பிக்கையாய்.

and priests
frequent our house
still hoping.

## கல்யாண்ஜி

### உள்ளங்கைக்குள் ஏந்தக்கூடிய முட்டை

உள்ளங்கைக்குள் ஏந்தக்கூடிய முட்டை
அளவுக்கு அழகானது உண்மை.
நான் கை நழுவ விட்டிருக்கிறேன்.
அதைப் பொறுக்கி எடுத்ததும் நான்தான் எனினும்
மஞ்சட் கருவும் வெள்ளைக் கருவும்
சிந்திச் சிதறி
உண்மையின் அருவருத்த முடைநாற்றம்
தோடுகள் மட்டும் இன்னும் அழகாக,
நீங்கள் உங்கள் முட்டைகளைச்
சிதறவிடுவதில்லை.
உயிரும் சிறகும் நிரம்பிய
ஒரு பறவையைப் பறக்க விட்டிருக்கிறீர்கள்
அதிலிருந்து,
ஏற்கனவே வானம் அழகானது.
மேலும் அழகாகி இருக்கிறது அந்தப் பறவையால்.

## Kalyanji
## An Egg That Could be Held in a Palm

Truth is beautiful,
an egg held in a palm.
I have let it drop.
It was I who picked it up, too.
But the white and the yolk
spilled, spreading
the loathsome smell of truth.
Still the shells are beautiful
You have not dropped your egg
but you have spawned
a bird full of life and wing power.
The sky is already beautiful.
Now, because of the bird,
still more beautiful.

குட்டி ரேவதி

## பல் முளைத்த யோனி

ஆண்கள் சூப்பிய எலும்புகளின் மஜ்ஜையல்ல நான்
ஒவ்வொரு சிறகாய்த் தனக்கே வலிக்க வலிக்கப் பிய்த்து எறிந்து
வலியில் சுகம் காணும் முட்டாள் பறவையும் அன்று

அதிகாரத்தின் விதைகளுக்காய் யோனியை விரிக்கும்
கொடுங்கனவு மிருகமும் அன்று

இரத்தம் சுண்டச் சுண்டப் பேதலிக்கும் உவகையற்ற
கதவோரப் பெண்ணும் அன்று

அடைகாத்த முட்டைகளுக்குள் சுழியற்ற
கற்பனைகளும் அன்று

நீளக் கூந்தலால் உலகின் காமம் துவட்டும்
மென்மை அடர்ந்த கானகத்தின் இருளும் அன்று

பகவத் கீதை பத்திரப்படுத்திய பல்முளைத்த
யோனிகள் அல்லவே அல்ல.

Kutty Revathi

## Yoni Growing Teeth

I am not the bone marrow
sucked up by men.
Neither am I a stupid bird
plucking its feather one by one
in terrible pain
and seeking comfort in that agony.
Nor am I animal from a world of wild dreams
spreading my vagina to the seeds of power;
nor a joyless woman at the edge of the room
making a fool of herself
till her blood becomes dry
nor is it flat imagination
inside incubating eggs,
nor the gentle darkness of the forest
which dries the lust of the world
with its long hair.
And never never am I the vagina growing teeth
kept safe by the *Bhagavat Gita*.

லீனா மணிமேகலை

## தேவிடியா

தேவிடியா என்ற வார்த்தையை நான் முதன்முதலில் கேட்டபோது
எனக்கு வயது பத்திருக்கும்
அப்போது எனக்கு முலைகள் வாய்த்திருக்கவில்லை
வயதுக்கு வந்திராத யோனியை
சவரக்கத்தியால் கீறித் திறந்தால்
குபுகுபுவென கொட்டும் ரத்தத்தைப்போல சூடாக தளும்பியது அந்த வார்த்தை.
காரணம்
உள்ளாடை போடாமல் வாசல் படி இறங்கியதென்பதாக இருந்தது.

பள்ளிக்கூடத்திலிருந்து அந்தி சாய தாமதமாக வீடு திரும்பியபோது
சோற்றுப் பாத்திரத்தை தீயில் வைத்துவிட்டு விளையாட்டில் மறந்து போனபோது
கண்களுக்கு அளவுக்கு அதிகமாக மை தீட்டியபோது
சில காதல்களை அங்கீகரித்த போதும், நிராகரித்தபோதும்
தன்னிச்சையாக முடிவுகள் எடுத்தபோது
வயது கூட கூட
தேவிடியா என்று அழைக்கப்படுவதற்கான காரணங்களின் வகை மாதிரிகளும் கூடியபடி இருந்தது
இப்போது கவிதை எழுதுவதே அதிகபட்ச காரணமாக கருதப்படுகிறது.

Leena Manimekalai

## Whore

Maybe I was ten
when I first heard the word
whore.
I had no breasts then.
Like warm blood
pouring out of vagina,
split open by razor's edge,
that word seared me.
My crime: stepping out
not wearing my undergarments.

When I returned late from school,
when I forgot to watch the food
on the stove,
when there was too much eyeshadow
on my eyes,
when in love I acquiesced
or rejected,
when I took decisions on my own,
when I became older,
many reasons
to be called a whore.
And now I am a whore
for writing poetry.

லிபி ஆரண்யா

## உள்ளே வைத்து உடைப்பவர்கள்

தலைக்கு மேலே தண்ணீர்த் தொட்டிகள்
முளைவிடத் துவங்கிய பின்புதான்
நமது நிலத்தில்
கூரைகளின் கீழ் வசிப்பவர்கள்
தமது அடிவயிற்றில்
ஒரு சோடிக் கூழாங்கற்களைச் சுமக்கும்படியாயிற்று
கூரையின் ஆகாசகங்கையிலிருந்து இறங்கும்
உப்படைத்த பி.வி.சி சர்ப்பங்களின்
தீண்டலுக்கு
நமது நீர்பாதையின் போக்குவரத்து
சிக்கலாகிறது.
வலிதாளாது
குப்புறப்படுத்துக் கொண்டவர்களை
அவர்கள்தான் மலர்த்தி ஆறுதல் சொன்னார்கள்
அவர்கள் வார்த்தைகளுக்கு
கண்கள் செருகிய கணத்தில்தான்
சகலமும் நிகழ்ந்திருக்க வேண்டும்.
முற்பகல் செய்த ஹார்லிக்ஸ்கள்
திரும்பி வந்து மேசையில் புன்னகைக்க
முடிச்சிட்ட பாலிதீன் புழுக்கத்திற்கு
இழுப்பறையில் பழங்கள் திணற
ஒரு பகலில்
ஒருக்களித்துப் படுக்கும் நமக்கு
தூக்கிவாரிப் போடுகிறது..
அம்மருத்துவமனை அறையின் சன்னலூடே
விரல்களை நீட்டி
அத்திசையில் இருந்த மலைகளைப்பற்றி விசாரிக்கிறோம்
வெள்ளுடை தரித்த அவர்களோ
உள்ளே வைத்து உடைத்த நமது கற்களை
ஒரு கிண்ணியில் காட்டிச் சிரிக்கிறார்கள்

## Libi Aranya
## They Break Them From the Inside

After overhead watertanks
started cropping up in our land,
people who lived under the roofs
carried a pebble or two
in the bottom of their stomachs.
The P.V.C. serpents filled with salt
descending down
from the roof's Akash Ganga
and entering our alimentary canal
create the problem.

I lay face down
with unbearable pain.
They sat me up
comforted me with soothing words.
It must have happened
while I lay with eyes closed
listening to their words.
Horlicks from the forenoon
returned and smiled on the table.
The drawer was full of fruits
stuffed into a polythene bag.

Lying on my side I shudder.
I enquire about the mountains
visible through the hospital window.
And they in white,
show me in a cup,
stones broken and taken out from my inside
and smile.

மாலதி மைத்ரி

## விஸ்வரூபம்

ஏதோ ஒரு பருவ மாற்றத்தில்
எனது அங்கங்கள் ஒவ்வொன்றும்
மிருகமாகவும் பறவையாகவும் மாறி
என்னை விட்டு விலகிச் செல்லத் தொடங்கின

அவையே திரும்பி வந்து சேர்வதும்
பல சமயங்களில் தொலைந்த ஆட்டுக் குட்டியைத்
தேடிச் சென்று அழைத்து வருவதென நிகழ்வதும்
பிறகு யாத்திரைபோலப் புறப்பட்டுச்
சென்றுவிடுவதும் வழக்கமாகி
எல்லாக் கால வெளியிலும் அலையத் துவங்கின
நீண்ட காலமாகிவிட்டது
பல திக்குகளின் நீர்நிலைகளை
நோக்கிச் சென்றிருக்கும்
எது எத்திசையில் உலவுகிறது
என யூகித்தறிய முடியவில்லை
திரும்பி வந்து விடும்போது
வெவ்வேறு நிலத்தின் வாசனையோடும்
குரல்களோடும் என் உடலெங்கும் மேய்ந்து
என் அடையாளத்தைக் கலைத்து அடுக்குகின்றன

யோனி ஒரு பட்டாம் பூச்சியாக
மலைகளில் அலைவதைக் கண்டதாக
காட்டில் விறகு பொறுக்கச் சென்ற
பெண்கள் வந்து கூறக் கேட்டேன்.

Malathi Maithri

## Expanding Oneself

During some change of season,
every organ of my body
turned into an animal or bird
and started moving away form me.
Sometimes they came back;
but on many occasions,
it was like going in search of lost sheep
and bringing them back.
Then, they had the habit of leaving
as if on a pilgrimage.
At all times they kept wandering.

A long time elapsed.
Many of the organs might have gone
towards water bodies.
Which has gone which way
I couldn't fathom.
And when they come back,
they come with the scents of different lands
and their voices, too.
They graze all over my body
and shuffle my identity.

Women who went into the jungle
to gather firewood
came back and told me
that they saw my vagina
roaming the hills
like a butterfly.

மனுஷ்யபுத்திரன்

## இழந்த காதல்

நின்று சலித்த
என் தோட்டத்து மரமொன்று
பின்னிரவில்
என் பிரியத்தின் இதம் வேண்டி
மெல்லப் படியேறி வந்தது.

மரங்கள் நடப்பது
சாத்தியமில்லையென அறிந்திருந்ததால்
ஒரு விபரீதக் கனவென்று திகைத்து
வரவேற்கத் தாமதித்துவிட்டேன்

ஆயிரம்
இலை நுனிகளால்
வேர் நுனிகளால்
புறக்கணிப்பின் துக்கம் ததும்பி
படியிறங்கிப் போகிறது
என் தோட்டத்து மரம்.

## Manushya Puthiran
## Lost Love

A tree from my garden
tired of standing
came to me for comfort,
ascending the steps gently.

Since I knew
that trees could not walk
I thought it was a strange dream
and tarried long
before welcoming it.
Feeling slighted,
filled with the sorrow of rejection
to the tips of its thousand leaves
and roots,
there goes my garden tree
descending the steps.

முகுந்த் நாகராஜன்

## விளையாட்டுப் பிள்ளைகள்

இரண்டு குழந்தைகள் விளையாடிக்
கொண்டிருந்தன அந்தப் பூங்காவில்.
ஒன்று
ஊஞ்சலில் நின்றும், உட்கார்ந்தும்,
ஒற்றைக்காலைத் தூக்கியும்,
வேகமாக வீசி ஆடியும்,
ஓ-வென்று கத்திக்கொண்டும் இருந்தது.
மற்றொன்று
காலி ஊஞ்சலை வேகமாக
ஆட்டிக்கொண்டும்
ஓ-வென்று கத்திக்கொண்டும் இருந்தது.
எது நல்ல விளையாட்டு என்று
யார் கூற முடியும்?

Mukunth Nagarajan

## Children Playing

Two children were playing
in the park.
One of them was on the swing
now standing, now squatting
lifting up one leg,
stretching it and swinging fast,
and shouting "O!"
The other child
was pushing the vacant swing fast
and shouting "O!"
Who can tell
which was the better sport?

பெருந்தேவி

## இருத்தல் நிமித்தம்

வெளியே போய்விட்டான் வழக்கம்போல நேரங்கழித்துதான் வருவான் வழக்கம்போல
ஆம்பிளை என்றாலே ஆயிரமிருக்கும்
ஒன்றேயானாலும் ஆயிரம்தானே
உணவுமேசைமேல் சுடுகலனில் ஆறிக்கொண்டிருக்கிறது இரவு
காத்திருந்தபடியே அசருகிறேன்
பாத்திரங்களை ஒழித்துப் போடவேண்டும்
வருகிறான்
வந்துவிட்டான்
உணவுக்குப் பின் உண்ண
நறுக்க மறந்துவிட்டேன் ஆப்பிளை
அவனுக்கு ரொம்பப்பிடிக்கும்
இதோ
சிறுகத்திதான் என்றாலும் கூர்மை
அறுக்கிறேன்
என் ஒருமுலை துடிக்க இன்னொன்று
அதற்குச் சாட்சியாகிறது
ஏன் என்று கத்துகிறான்
கிறுக்கா என்று கதறுகிறான்
முலைகளுக்குக் கேட்கிறது ஆனால்
அவைகளுக்குக் கேள்விகள் பிடிக்காது
குளியலறையில் முனையற்ற
முலையைக் கழுவுகிறேன்
பாத்திரங்களைக் கழுவப் போடவேண்டும்
அவன் சாப்பிட்டானா
தெரியவில்லை
அல்லது அக்கறையில்லை
காலையில் எழுந்ததும் கத்தியை
கைக்கெட்டாத தூரத்தில் வைக்கவேண்டும்
அதற்குமுன் நன்றாகத் தூங்கவேண்டும் தூங்கிக்கொண்டிருக்கிறேன்.

## Perundevi
## Awaiting*

He has gone out as usual,
will return very late
as usual;
of course men have a lot to do
even one amounts to a thousand, right?
The dining table, food on a warmer,
the night is turning cold.
Waiting, I doze off.
Oh, should clean the vessels.
There he comes, he has arrived
I forgot to cut the apples
for dessert,
he loves to have them.
One minute
a small but sharp knife;
I cut them
one breast of mine writhing in pain
the other a witness to it.
"Why", he yells
"are you mad?' he screams.
My breasts can hear them all
but they dislike questions

In the bathroom
I wash my blunted breasts.
I should clean the vessels.
Has he eaten,
I don't know, or I don't care.
Tomorrow as soon as I get up
I should keep this knife beyond reach.
Before that I should sleep well
and I sleep.

*A convention associated with Cankam poetry in which the woman awaits the return of her lover.

ராஜ சுந்தரராஜன்

## வறட்சி

வானுக்கு இல்லை இரக்கம்.
பூமிக்கு வெயில் என்று வருகிறது நெருப்பு
காற்றுக்கு விடைசொல்லி
துக்கித்து இருக்கிறது வீடு
அடி உறைகளும், கிணற்றுக்குள்
வாய்வறண்டு
சுருண்டுவிட்டன.
தாகித்து அணுகுகிற வாளிக்கு
என்ன சொல்வது பதில்?

கறங்குவெள் அருவி கல் அலைத்து ஒழுகிய
பறம்பும் இன்று வெறும்பாறை.

Raja Sundararajan

## Drought

The sky was merciless.
The sun beat down on the earth
spitting fire.
Saying goodbye to the wind,
the house lay wrapped in grief.
The wells have become dry
What is the answer
to the thirsty bucket going down?
Even the "Parambu hill
with its roaring waterfalls
descending down"
is just a barren rock today.

என்.டி. ராஜ்குமார்

## ஒடக்கு

அவள் எனக்குப் பசி தீர்த்தவள்
நீ காமம் தீர்த்தவள்

எருமைபோல வளர்ந்த நான்
அவளுக்குக் குழந்தை

எனக்கு என்னைப் போலல்லாத
ஒரு பிள்ளை வேண்டும்

பற்றியெரிகிற தீயைப்
புணர்ந்து அணைக்கிற அன்பு மனைவியே

ஓங்கிய கையை நிறுத்தி விடு
மூச்சுத் திணறுகிறது

சூசகமாய் ஒரு வார்த்தை சொல்

சோற்றில் விஷம் வைத்து
என் அம்மாவைக் கொன்று விடுகிறேன்.

## N.D. Rajkumar
## Hollowness

She satisfied my hunger
you quenched my lust.
Though I have grown big
like a buffalo,
I am but a child to her.
I want a child
quite unlike me

O my dear wife,
you who put out
the fire of my desire
with your embraces,
stop raising your hand against me.
I feel suffocated.
Just utter a cryptic word;
I'll poison my mother.

ஹெச்.ஜி.ரசூல்

## அல்லாவின் மொழி

இஸ்லாத்தின் மூலமந்திர அடிப்படை
அவ்வல் கலிமா சொல்லித்தந்தது
இறைவன் ஆணுமில்லை. . .பெண்ணுமில்லை. . .
அவனை யாரும் பெறவுமில்லை
அவன் யாரையும் பெறவுமில்லை.
இறைவன் என்றோ
இறைவர் என்றோ அழைப்பது ஷிர்க்
ஆணாக அது அர்த்தப்படுவதால்
இறைவள் என்று அழைப்பதிலும் அர்த்தமில்லை.
இறைவன் பெண்ணுமில்லையே
ஆண்தன்மையும் பெண்தன்மையும் அற்ற
என் அல்லாவை
எப்படி நான் அழைப்பேன்
என் தமிழில்.

H.G. Razool

## The Word of Allah

The basic watchword of Islam
As taught by *avval kalimah*:
God is neither male or female.
No one has given birth to God,
nor has God given birth to any.
To call God "Iraivan" or "Iraivar"
is "Shirk": since it denotes a male.
And calling Iraival is also meaningless,
God is not female.
How can I address Allah
who is neither male nor female
in my Tamil?

சல்மா

## இரண்டாம் ஜாமத்துக் கதை

குழந்தைகளைப் பெற்றதற்குப் பிந்தைய
இரவுகளில்
பழகிய நிர்வாணத்துக்கிடையில்
அதிருப்தியுற்றுத் தேடுகிறாய்
என் அழகின் களங்கமின்மையை.

பெருத்த உடலும்
பிரசவக் கோடுகள் நிரம்பிய வயிறும்
ரொம்பவும் அருவெறுப்பூட்டுவதாய்ச்
சொல்கிறாய்
இன்றும் இனியும்
எப்போதும் மாறுவதில்லை எனது உடலென்றும்.

நிசப்தத்தின் பள்ளத்தாக்கில்
புதையுண்டிருக்கும் என் குரல்
தனக்குள்ளாகவே முனகிக் கொண்டிருக்கும்

உண்மைதான்
என் உடலைப் போலல்ல
உன்னுடையது
பறைசாற்றிக் கொள்வதில்
வெளிப்படையாக இருப்பதில்

இதற்கு முன்னும் கூட
உன் குழந்தைகள் வேறு எங்கெங்கோ
யார் யாருக்கோ பிறந்திருக்கலாம்
உன்னிடம் தடயங்களில்லை என்பதால்
நீ பெருமை கொள்ளலாம்

நான் என்ன செய்ய?
என் நசிவைப் போலத்தான்
இந்தப் பிரசவக் கோடுகளும்
எளிதில் செப்பனிட முடிவதில்லை
வெட்டி ஒட்டி விட இவ்வுடல் காகிதமில்லை

Salma

## Small Hours of the Night

During nights of the later years
after the children were born,
you look at my nudity
very familiar to you
and with much dissatisfaction
search for my unstained beauty
you say that my corpulent body
and my belly marked with
lines of childbearing
are disgusting.
But my body will not
change any more.
My voice, buried in the valley of silence
would murmur into itself.
True, your body is not like mine
It reveals nothing;
it is not open.
Even before me,
some other women somewhere
might have borne your children.
You may feel proud
that you carry no evidence.
What can I do?
These marks of childbirth
are the same as my decline.
Cannot be mended easily.
My body is not made of paper
to be patched up.

Nature has done me
more injustice than you.
The first stage of my failure
started from you.
The small hours

உன்னைக் காட்டிலும்
மோசமான துரோகத்தைப் புரிந்திருக்கிறது
இயற்கை எனக்கு
உன்னிலிருந்து தானே தொடங்கிற்று
எனது தோல்வியின் முதலாவது நிலை

முதல் ஜாமத்தைக் காட்டிலும்
விபரீதமானது
கனவுகள் பெருகும் இரண்டாம் ஜாமம்.

சுவரோவியத்தில் அமைதியாக
அமர்ந்திருந்த புலி
இவ்விரண்டாம் ஜாமத்தில்தான்
என் தலை மாட்டிலமர்ந்து
உற்றுப் பார்த்துக் கொண்டிருக்கிறது.

with their many dreams
are stranger than the midnight hours;
for, the tiger that was squatting quietly
in the wall painting
now sits beside my head
and keeps staring at me.

சங்கரராம சுப்ரமணியன்

## அம்மா நீங்கிய அறையில்

முதல்முறை
குழந்தை தன் முகம் ஸ்பரிசிக்கிறது
கண்ணாடியில்
மற்றொரு குழந்தையின் முகமென
பாப்பா எனக் குதூகலத்துடன்
முத்தமிடுகிறது
தன் கைவளைகள்  ஆடியில் தெரிய
கொலுசுக் கால்களை
உயர்த்திப் பிடித்து சந்தோஷிக்கிறது
குழந்தை
எச்சில் வழியக் கடவுளைத் தீண்டுகிறது
முதலும் முடிவுமாய்.

## Sankararama Subramanian
## After Mother Has Left the Room

For the first time
the child touches her face
in a mirror.
Thinking it is the face of another child,
she calls it "baby!" with great delight
and plants a kiss.
Looking at her bangles
reflected in the mirror
she lifts up her legs
wearing anklets
and feels elated.
The child touches God
dribbling saliva
for the first and last time.

சுகிர்தராணி

## மிகமிகச் சாதாரணமானவை

கசந்த நினைவுகளின் மலர்களோடு
உங்களை எதிர்கொள்கிறேன்
அதிலெனக்குத் துளியும் விருப்பமில்லை
என் கிழிந்த ஆடையைப் பற்றியும்
காலணி அணியாத கால்களைப் பற்றியும்
குறிப்பெடுக்கிறீர்கள்
அதை விடவும் விளங்கிக் கொள்ள நிறைய உண்டு
அகன்ற நிழல் பரப்பி உயர்ந்திருக்கும்
அரச மரத்தின் கீழ் எங்கள் இருப்பிடம்
புகைப்படத்திலிருப்பவன் என் தந்தை
கலவரத்தில் வெட்டுண்ட அவன் தலை
ஏழாம் நாள் கண்களற்றுக் கிடைத்தன
இவள் என்னுடைய தாய்
கோவில் ஒன்றினுள் நுழைந்ததற்காய்
ஒற்றைக் காலுடன் திரிகிறாள்
அவன் என்னுடைய சகோதரன்
கைகள் கட்டப்பட்டு மலம் திணிக்கப்பட்டவன்
இவள் என் சகோதரி
பனங்காட்டுக்குள்
வல்லுறவில் வதை பட்டவள்
என்னையும் கழிப்பறைச் சந்துகளில்
கவனித்திருக்கலாம்
மலம் கூட்டிக் கொண்டிருப்பேன்
கோப்புகளில் குறிப்பெழுதிக்
கையொப்பமிடுகிறீர்கள்
மிகமிகச் சாதாரணமானவை
மலத்தைத் திணிப்பதும் பெண்ணைச் சிதைப்பதும்
ஆம்... மிகமிகச் சாதாரணமானவை.

Sukirtharani

## Very Very Ordinary Things

With the flowers of bitter memories
I face you.
But I do not like it a bit.
You take notes
on my ragged clothes
and my bare feet.
But there are many more things
to be understood.

Our dwelling was under the bodhi tree
standing tall
and providing a large shade.
The one in the photo is my father.
His head was cut off in the rebellion.
We got it after seven days,
eyes gouged out.
This is my mother.
She walks with one leg
for having entered a temple.
That is my brother
His hands were bound
and he was forced to eat
human excrement.
And that is my sister
tortured and raped in the palm grove.
You might have noticed me also
in the lavatory lanes
cleaning up faeces.
You write notes on files
and place your signature.
These are very very ordinary happenings, aren't they?
Forcing one to eat faeces
and raping women.
Yes, very very ordinary.

சுகுமாரன்

## கபீர் நெய்து கொண்டிருக்கிறார்.

மனம் – தறி
வாக்கு – இழை
பூமிக்கான ஆடையை
நெய்துகொண்டிருக்கிறார் கபீர்

நெய்யும் துணியின் மறுமுனை
எங்கே முடிகிறது?
நதிபோல் கடலிலா?
வானம்போல் வெளியிலா?

சொல்கிறார் கபீர்:
'உருவமற்ற நாடா
ஊடோடிப் பின்னிய துணி
கரையோ நுனியோ இல்லாதது'.

நெசவின் தரமென்ன?
கனத்த கம்பளியா?
இழைத்த பருத்தியா?
மெல்லிய பட்டா?

சொல்கிறார் கபீர்:
'நீரினும் மெல்லியது
புகையினும் நுண்ணியது
காற்றினும் எளியது'

நெய்த துணிக்குச் சாயமெது?
வெயிலின் காவி?
பிறையின் பசுமை?
நட்சத்திர வெள்ளி ?

சொல்கிறார் கபீர்:
'நிறம் நிறத்திலிருந்தே பிறக்கிறது
எனவே
எல்லாம் ஒரே நிறம்

## Sukumaran
## Kabir Is Weaving

The mind is the loom,
word, the thread.
Kabir is weaving
a clothing for the earth.

Where does the edge
of the woven cloth end?
In the sea like a river?
In outer space, like the sky?

Kabir says:
The cloth woven with formless thread
has neither border nor edge.

What is the quality of the cloth?
Is it heavy woolen,
or close-knit cotton,
or soft silk?

Kabir says:
Softer than water
subtler than smoke
lighter than wind.

What is the colour of the cloth?
The saffron of the sun?
The green of the crescent?
Or the silver of the stars?

Kabir says,
color comes from color.
So all colors are one.

உயிரின் நிறமென்ன சகோதரா!
நீதான் கண்டுபிடியேன்'

தறி இறக்கி நிறந்தோய்த்த துணியை
எப்படிப்போய் விற்க?
எவர்வந்து வாங்க?

சொல்கிறார் கபீர்:
'வாங்குபவர் மொய்க்கும்
சந்தையில் நானில்லை
என் இடம்தேடி
வாடிக்கை வருவதில்லை'

உடுப்பவர் இல்லாமலா உடை?
எவர் அணிவார் பூமியின் வஸ்திரம்?

சொல்கிறார் கபீர்:
'தோல் ஒன்று எலும்பும் ஒன்று
சிறுநீர் மலம் எல்லாம் ஒன்று
ஒரே ரத்தம்
ஒரே மாமிசம்
ஒரே துளியில் உருவானது பிரபஞ்சம்
பிராமணனென்ன? சூத்திரனென்ன?
உடுப்பவன் யாரானால் உடைக்கு என்ன?'

எவர் நிர்வாணம் காக்குமிந்தச் சொல்?
ஆண் அல்லது பெண்?

சொல்கிறார் கபீர்:
அதுதானே மனிதா, பெருங்குழப்பம்
வேதம் எது?
குர் ஆன் எது?
எது புனிதம்?
எது நரகம்?
ஆண் எது? பெண் எது?
காற்றோடு விந்துமுயங்கி
இறுகிச் சுட்ட மண்பாண்டம்

What is the color of the spirit within the body?
Find out yourself, my brother.

And how to market the fabric
removed from the loom and dyed?
Who is to buy it?

Kabir says:
I am not there in the market
where buyers and sellers
move in large crowds;
customers do not seek me.

Is there clothing without a wearer?
Who will wear the earth's clothes?

Kabir says:
"One skin, one bone
urine, faeces, all are one.
One flesh, one blood.
From just a single drop
the universe is formed.
Who is a Brahmin?
Who is a Sudra?
whoever the wearer be,
what is it to the cloth?

Whose nudity will this world protect?
man's or woman's?

Says Kabir:
That is the biggest confusion, O man,
What is Veda?
What is Koran?
What is hell?
What is man? What is woman?
The fluid of life embraces the wind

விழுந்துடைந்த பின்பு
என்ன என்பாய்?

மனம் – தறி
உண்மை – இழை
பூமிக்கான வாக்கை
நெய்துகொண்டிருக்கிறார் கபீர்.

dries up into a burnt earthen pot
But after the pot drops  and breaks,
what do you call it?

The mind is the loom
Truth is the thread
Kabir is weaving
the word for the earth.

## விக்ரமாதித்யன்

## பொருள்வயின் பிரிவு

அன்றைக்கு
அதிகாலை இருள் பிரிந்திருக்கவில்லை
நிசப்தம் காடாக விரிந்துகிடந்தது
சாரல் மழை பெய்து
சுகமான குளிர் வியாபித்திருந்தது

அயர்ந்து
தூங்கிக் கொண்டிருந்தான் பெரியவன்
அரவம்கேட்டு விழித்த சின்னவன்
சிரித்து விளையாடிக் கொண்டிருந்தது
சித்திரமாக இருக்கிறது கண்ணுக்குள்

இவள்
வெந்நீர் வைத்துக் கொடுத்தாள்
வெளுத்த துணிகளை எடுத்துவைத்தாள்
வாசல்வரை வந்து
வழியனுப்பி வைத்தாள் தாய்போல

முதல் பேருந்து
ஓட்டுநர் இருக்கைக்குப் பின்புற ஜன்னலோரம்
பிழைப்புக்காக
பிரிந்து வந்து கொண்டிருந்தேன்
மனசு கிடந்து அடித்துக்கொள்ள.

## Vikramatityen
## Leaving to Earn a Livelihood

Darkness still lingering,
it was dawn.
Silence lay spread like a forest.
The air was cold and soothing
after a drizzle.

The oldest boy was sleeping soundly.
The younger boy woke up
hearing some noise,
laughed and began to play.
Like a picture
it still lingers in my eyes.

She boiled water for my bath
and brought my clothes
washed and pressed.
She came up to the door
and saw me off like a mother.

It was the first bus.
I took the window seat
behind the driver.
I was leaving my family
to earn our livelihood
and my heart throbbed;
uneasily.

யூமா வாசுகி

## ஒரு மனிதன் முயலாக

ஸ்கர்ட்டின் கீழ்விளிம்பை கடித்தபடி
ஜட்டி தெரிய வாசலில் நிற்கிற
சிறுமி புவனா கேட்கிறாள்
"முயல் என்ன செய்கிறது?"
அவளைக் கவர்வதற்காக
அறையினுள் ரகசியமாக
ஒரு முயல் வளர்ப்பதாகச் சொல்லியிருந்தேன்.
"முயல் சாப்பிடுகிறது"
எனும் பதிலில் திருப்தியுற்றவளாய்
விளையாடப் போனாள்
"எங்கே முயல்? காட்டு பார்க்கலாம்"
என்று அடுத்த நாள் வந்தாள்
ஆப்பிள் தின்றபடி.
"பெரிய முயல் கடித்துவிடும்" என்று சொல்ல
சந்தேகச் சிரிப்புடன் வெளியே போனாள்
அவள் சொல்லித்தான் நான் முயல் வளர்ப்பது
மற்ற சிறுவர்களுக்கும் தெரிந்தது
வாசலில் கூட்டமாய் வந்து நின்று
"என்ன செய்கிறது முயல்" என்பவர்களுக்கு
பல தடவைகள் அறைக்குள் எட்டிப் பார்த்து
முயல்பற்றிய நிலவரத்தைத் தெரிவித்தேன்
நாளாக,
அப்படியொரு முயல் இங்கே இல்லை
எனும் உண்மை புரிந்தாலும்
நான் வீட்டைப் பூட்டிப்புறப்படும்போது
என்னையே முயலாக்கி
புவனா கேட்கிறாள்,
"முயல் எங்கே போகிறது...?"
நீண்ட கைகளை ஆட்டி
பஞ்சு ரோமத்தைச் சிலிர்த்து
மிரண்ட விழிகளால்
குறுகுறுப்பாகப் பார்த்து
முயல் சொல்கிறது...

## Yuma Vasuki
## A Man As a Rabbit

Standing at the door
biting the edge of her skirt
her under clothes exposed,
Bhuvana the little girl asks,
"What does the rabbit do?"
(Just to catch her attention
I had lied to her
that I was raising a rabbit
secretly in my room)
I answered, "The rabbit is eating".
Satisfied with my answer
she went away to play.
She came next day,
biting an apple and asked,
"Where is the rabbit? Let me see it."
"Oh, it is a big rabbit! It may bite you!
She went away, grinning doubtfully.
She spread the news of the rabbit
among other children
and they came crowding to my door
and enquired about the rabbit.
I peeped into the room several times
and told them what the rabbit was doing
from time to time.
In course of time they knew
there was no rabbit.
Still, when I locked my door
and stepped out,
Bhuvana asked me.
assuming me to be the rabbit,
"Where is the rabbit going"?
Stretching its long arms,
puffing up its downy hair
and looking with scared eyes the rabbit answers...

எம். யுவன்

## சாயங்காலம்

கோடானுகோடித் தலைகளின் மேல் நடந்து
நாடாளப் போகும் தலைவன்
சுவரொட்டியில் சிரிக்கிறான்.

தும்பிக்கை இழந்த யானையின் உருவமென
ஈரமாய் இருக்கிறது
குட்டிச் சுவரின் சிறுநீர்த் தடம்.

ஜன்னல் சதுரத்தில் முடங்கியும்
முழுமையாய் இருக்கிறது
ஆகாய நீலம்.

அகல விரித்த அசையா இறக்கைகளில்
ஒரு சாயங்காலத்தை
சில ஞாபகங்களை
சுமந்து செல்கிறது விமானம்.

பிரசவம் முடிந்த பெண்ணின் முகமென
வெளிறிய வெண்மையுடன்
தயங்கி நகரும் மேகங்கள்.

இருட்டுடனான மாபெரும் யுத்தத்தில்
பாயப் பதுங்கும்
தெருவிளக்கு.

இரவின் வருகையை
இனம் முழுவதும் அறிந்தும்
தான் மட்டும் அறியாது
பார்வையிழந்து
தட்டழியும் ஈ.

அனிச்சையாய்க் கை உருட்டும்
மேசைப் பளிங்கில்
மலர்ந்து சிரிக்கிறது

M. Yuvan

## Dusk

A leader hoping
to rule the land
trampling the heads of millions
laughs from a poster.

A patch on the abandoned wall
wet with urine
shaped like a trunkless elephant.

Caught in the window frame
the blue sky hasn't lost its brightness.

A plane carries with it
an evening with certain memories
on its stiff wings stretched wide.

The clouds move hesitantly
their white paleness reflecting
the pallor on the face of a woman
a new mother.

The street lamp
in its mighty war with darkness
gets ready to attack.

All other flies
sense the coming of night;
one fly unaware
struggles in the dark
unable to find its way.

Inside the paper weight
rolled involuntarily with our hands,

என்றுமே தொடவியலா
மஞ்சள் பூ.

தியானம் போல உள்ளே இறங்கி
உடல் முழுக்க மனம் முழுக்க
அறை முழுக்க
நிரம்பி
தெருவிலும் பரவும் ஏகாந்தம்.

இப்படியாக,
ஒரு சாயங்காலம் எனக்குள்
நிறைகிறது. அதை
நான் என்று
நினைத்துக் கொள்கிறேன்.

blooms a yellow flower
which no one can touch.

The solitude that descends like meditation
into the body, into the mind
occupies the room
and spreads into the street.

Thus the evening
fills me up.
I think of it as "me".

# மற்றைய நாடுகள்
# Other Countries

லதா (சிங்கப்பூர்)

## போர்க்காலம்

சன்னல் தக்கையில்
சிக்கி நிற்கிறது
பெருங் காலம்
திரண்டெழும் ஒவ்வொரு மூச்சும்
முட்டித் திரும்புகிறது

மூடிய விழியில்
நாடித் துடிப்பில்
ஏழு கடல்தாண்டி
ஒளிரும் ஒரு துளிச் சுடரில்
ஊழி நிகழ்ந்தது
இலைகள் தடவி விட
மென்காற்றும் இல்லை

சுவடழித்து அணைப்புகளை
மீட்டுச் செல்லக்
காத்திருப்பவனிடம்
பாடச் சொல்லிக்
கேட்பதும் நியாயமில்லை.

புரிதலும் பிரிதலுமாய்
தரையெங்கும் சிதறிய தழும்புகளை
எண்ணுவதா?
ஆடைகள் போர்த்திருக்கும்
நட்சத்திரங்களை எண்ணுவதா?

மிகுந்த வேதனையும்
பேரமைதியும்
இணையும் நடுக்கோட்டில்
பதிகிறது முத்தம்.

Latha (Singapore)

## Times of War

Time trapped
by the wedge of a window.
Every heaving breath
against the pane,
forced back.

Closed lids,
the drum of the pulse
across seven seas
a flickering lamp.
Apocalypse;
not even a breeze
to caress the leaves.

You cannot ask him,
erasing all trace,
yearning to rescue
his loved one,
to sing.

Scars scattered,
fragmented and dispersed,
do we count them?
Do we count instead
the glittering stars?

A kiss planted
in the junction of
trauma and peace.

மாதங்கி ( சிங்கப்பூர் )

## மலைகளின் பறத்தல்

முன்னொரு நாளில்
தோன்றியபோதெல்லாம்
இறக்கைகளை விரித்துப்
பறந்து கொண்டிருந்த மலைகளைக்
கெஞ்சிக்கேட்டேன்
பறப்பதை நிறுத்திவிடுங்களேன்

நிமித்த காரணம் சொல்லலாமே
அவை கேட்டன

எங்கள் குழந்தைகள்
தூக்கத்தில் எழுந்து அலறுகிறார்கள்
எங்களுக்கே
சோறு பலசமயங்களில் இறங்குவதில்லை
சில பறவைகள் உங்களைக் கண்டு
பறத்தலையே
மறக்கத் துவங்கிவிட்டன
எங்கள் குழந்தைகள் வெட்டவெளிகளில்
விளையாட மறுக்கின்றனர்
பயிர்த்தொழில் பாதிப்படைகிறது
எங்கள் நிம்மதி
உங்களால் போய்க்கொண்டிருக்கிறது

தங்களால் யாரும் உயிரிழக்காதபோதும்
எங்களுக்காக
தாமே தம் இறக்கைகளை இற்றுப்போகச்செய்து
பறத்தலை நிறுத்திவிட்டன மலைகள்

இன்று யுத்த பேரிகைகளும்
போர்ச்சாவுகளும்
உறக்கத்தை கவ்வும் இவ்வேளையில்
மலைகள் சிரிக்குமோ அழுமோ

## Mathangi (Singapore)
## Flying Mountains

A long time ago,
when mountains
on a whim
spread their wings and flew,
I pleaded with them
to stop flying

Give us a reason
they said.

Our children
woken from sleep,
scream,
we ourselves sometimes
cannot eat a morsel of food;
some birds, watching you
forget how to fly.
Our children
refuse to play in the fields;
we cannot grow our crops.
Because of you
we are no longer at ease.

Though no one died
because of them,
the mountains of their own accord
shed their wings and
ceased to fly.

Drums of war,
deaths in battle,
now deny our sleep;
the mountains
they laugh or do they cry?

நெப்போலியன் (சிங்கப்பூர்)

## எதற்கு?

என் பெயர் கருப்பையா கந்தசாமி
வயது 22
திருப்பத்தூர் ரணசிங்கபுரம் சொந்த ஊர்
இரண்டு வருட வேலை அனுமதிச்சீட்டு
கட்டுமானத் தொழிலாளி வேலை
கழிவறைகள் கழுவுவதும் உண்டு
வேலைக்காக முகவரிடம் கடன்பட்ட தொகை
1,80,000 ரூபாய் ( வட்டி தனி )
ஒரு நாள் சம்பளம் 18 வெள்ளி
விடுமுறை கிடையாது
எடுத்துக்கொண்டால் சம்பளம் இல்லை
தொடர்ந்து வேலை இருப்பின்
ஒன்றரை வருடத்தில் கடன் அடைக்கலாம்.

அங்கே.....
தகப்பனார்
சாராயம் குடிப்பதை நிறுத்தி விட்டாராம்
உசந்த சரக்குதானாம் இப்பொழுதெல்லாம்.

தொலைக்காட்சித் தொடரை
வண்ணத்தில் பார்க்கும்
அம்மாவிற்கு
அடுத்த தடவை
அட்டிகை வேண்டுமாம்.

அக்காவிற்கு
மாப்பிள்ளை பார்க்கிறார்களாம்
அரசாங்க உத்தியோகத்தில்
தம்பி சிங்கப்பூரில் இருப்பதால்.

படிக்க அனுப்பிய பணத்தில்
பக்கத்து வீட்டு காதலனுக்கு
பிறந்தநாள் பரிசு வாங்கிக் கொடுக்கிறாளாம்
தங்கச்சி.

## Nepolian (Singapore)
## Why?

My name is Karuppiah Kandaswamy.
Age 22;
My native village Tiruppatur Ranasingapuram ;
work permit for two years,
construction worker in the building sector;
I clean toilets as well.
Debt to the agent
to secure my job
180,000 rupees (interest extra).
Daily wage is 18 dollars.
No vacation time, only
no-pay leave;
If I work continuously
in eighteen months,
my debt will be paid.

Over there ....

My father, I am told
no longer drinks arrack;
now it is expensive booze.

Watching serials
in Technicolor,
my mother,
now wants a layered necklace.

They are looking for a groom
a government servant,
for my sister,
since the brother is now in Singapore.

Another sister buys gifts
for her lover next door

தம்பி போடும்
செருப்பின் விலை
998 ரூபாயாம்.

இங்கே.....
உச்சி வெயிலில்
கம்பி வளைக்கையில்
உடம்பு கிறுகிறுத்து
ஐந்து நிமிடம்
அசந்து அமர்ந்ததற்காய்
அடிவயிற்றில் எட்டி உதைத்து
அரைநாள் சம்பளம் வெட்டி
அசிங்கமாய் திட்டுகிறான்
குத்தகை முதலாளி.

from money I sent for
her studies.

My brother's slippers
cost 998 rupees.

Here ...

Mid-day heat
bending girders
excruciating pain,
I rest for five minutes;
the boss,
furious, abusive,
kicks me in the pit
of my stomach,
docks half day's pay.

பூங்குழலி வீரன் (மலேசியா)

## குறிப்பு 18

மழை எங்கிருந்து வருகிறது
என்ற நச்சரிப்பில் என் காலைத் தூக்கம்
கலைந்து போனது.
கண்களை அகல விரித்தபடி வெளியே
மழை பெய்வதாக சொன்னவள்
விளையாட போகமுடியாத சோகத்தை மறைத்தபடி
மழை வேடிக்கையில் திளைத்திருந்தாள்.
முகம் கழுவி வந்த என்னை முன் கேட்ட கேள்வி துரத்தியது.
மழை வானத்திலிருந்து வருகிறது என்றேன்.
அது எப்படி வானத்திற்குப் போகிறது என்றாள்.
வெயிலில் சூடாகி
நீர் ஆவியாகி
மேலே போய் மேகமாகி
பாரம் தாங்காமல் மேகம்
மீண்டும் மழையாகிறது என்றேன்.
ஏன் மழைநீரில் வானவில் கரைந்து வருவதில்லை என்றபடி
எழுந்து போகிறாள்.
அவளின் கால் சுவடெங்கும் கரைந்து கரைந்து
பதிகிறது வானவில் வண்ணங்கள்
வீட்டின் தரையெங்கும்.

## Poonguzhali Veeran (Malaysia)

## Note 18*

Where does the rain come from?
her incessant chatter
disturbed my sleep.
Her eyes wide open
announcing the rain,
unable to go outside
hid her disappointment
watched the rain gleefully.
I washed my face,
the question persisted.
The rain comes from the sky
I said;
how did it get there,
she asked.
The sun heats the water,
which, becoming vapor
travels up to become a cloud,
then descends as rain,
unable to bear the weight.
Why doesn't the rainbow dissolve
in the rain, she asked moving away.
On the floor of the house,
the rainbow melts
into her footprints.

*This poem is part of a series of numbered poems.

ரேணுகா (மலேசியா)

## என்னை நாயென்று கூப்பிடுங்கள்

என்னை நாயென்று கூப்பிடுங்கள்
வருத்தமில்லை
கடிக்க மாட்டேன், குரைக்கமாட்டேன்
தெருநாய் என்று மட்டும் சொல்லாதீர்கள்

நான் கொஞ்சம் உயர்சாதி
மலேசிய உயர்சாதிநாய்கள் சங்க ஆயுள் உறுப்பினன்

ஒரு தெருநாய் குடலைப்புரட்டும் நாற்றமுடையது
உயர்சாதி நாய்க்கு தனித்த மணமுண்டு
ஒரு தெருநாய் ஆதியும் அந்தமுமில்லாதது
உயர்சாதி நாய்க்கு பிறப்புப் பத்திரமுண்டு

என்னை எப்படி வேண்டுமானாலும் கூப்பிடுங்கள்
உங்கள் வசதிக்கேற்ப...
தெருநாய் என்று மட்டும் சொல்லாதீர்கள்

உங்கள் புனித தேசத்தில்
நாய்கள் விலக்கப்பட்டவை என்பதை அறிகிறேன்

வால் தூக்கச்சொல்லி ஏற்றுகொண்டீர்கள்
உங்கள் பெருந்தன்மைக்கு நன்றி
உணவு, உறைவிடம், கழுத்தில் நீலப் பட்டை
எல்லாம் நீங்களிட்ட பிச்சை
காலந்தோறும் உங்கள் கால்களை நக்கியிருக்க
கடமைப்பட்டவன் நான்

உங்கள் புனித தேசத்தில்
நாய்கள் விலக்கப்பட்டவை என்பதை அறிகிறேன்

கள்ளத் தோணியில் கடல் கடந்து வந்தோம்
நீங்கள் அசந்திருந்த தருணம் பார்த்து குடியமர்த்தப்பட்டுவிட்டோம்
எல்லாம் சதி
விழித்துக் கொண்ட நீங்கள் திரும்பிப்போ என்கிறீர்கள்

## Renuga (Malaysia)
## Call Me a Dog

Call me a dog
I will not object,
bite or bark.
Please do not call me a street dog.

I am purebred;
a member of Malaysian Purebred Dogs Association.

A street dog's smell churns your stomach,
a high breed has a special smell;
a street dog has no lineage
a high breed has a birth certificate.

Call me whatever you like,
depending on your whim,
but not a street dog.

I know in your sacred land,
dogs are taboo.

I raised my tail,
you accepted me;
I thank your generosity;
food, shelter, a blue collar
on my neck,
all these your gifts to me;
For ages I am obliged
to lick your feet

I know in your sacred land,
dogs are taboo.

மனிதர்களின் தேசத்தில் நாய்க்கு என்ன வேலை
புரிகிறது உங்கள் கோபம்
கள்ளத்தோணி கடலோடு போய் நாட்களாகிறது
என்ன செய்வது நான்

ஒரு யோசனை
சண்டித்தனம் பண்ணும் தேவடியாத் தெருநாய்களை
முதலில் ஒழித்துவிடலாம்

இன்னும் ஏன் என்னை சுட்டுகிறீர்கள்
எத்தனை முறை சொன்னாலும் புரிவதில்லை உங்களுக்கு
நான் அவர்களில் ஒருவனில்லை
நான் கொஞ்சம் உயர்சாதி

என்னை நாயென்று கூப்பிடுங்கள்
வருத்தமில்லை
கடிக்க மாட்டேன், குரைக்கமாட்டேன்
தெருநாய் என்று மட்டும் சொல்லாதீர்கள்

On a boat we crossed the sea,
when you were distracted
we found ourselves a home.

It was all a plot;
waking, you asked us to leave;
why do we need dogs,
in a land of humans?
I understand your anger,
but the boat has drifted away.
What can I do?

Just a thought.
First get rid of
rebellious street dogs.

Why do you still
point at me?
No matter how many times I
tell you,
you don't understand.
I am not a street dog
I am purebred.

Call me a dog
I will not object,
bite or bark.
Please do not call me a street dog.

தோழி (மலேசியா)

## பூங்கா

பறவைகளின் இரைச்சல்
தொடர்ந்தென்னை
துரத்துகிறது
அப்பூங்காவிற்கு
செல்ல முடியாதபடி.

வரிசை மரங்கள் சுற்றிலும்
வண்ணங்கள் ஊற்றி வழியும் பூக்கள்
நடுவில் சலனமற்ற மௌனத்தில் செயற்கை ஏரி
இறங்கும் சூரியனின் தகதகப்பில்
மந்தகாச மாலை கிறக்கத்தின் சாயையில்
இன்னும் தவழ்கின்றன
வியர்வை, குருதி, இரப்பர் வீச்சம்....

அங்கிருந்த தோட்டத்து
வீடுகளை, மக்களை,
மரங்களை, இலைகளை,
வேர்களை...

பறவைகளின் ஓசையை
தடையமின்றி அழித்து
புதிய திசையை
அறிமுகம் செய்தது அரசு.

வெட்டியெடுக்கப் பட்ட மலையின்
வெற்றிடத்தில் கட்டிடங்கள்
மயான அமைதியில்
உறைந்த நாளில்
இப்பூங்காவில்
பறவைகளின் இரைச்சல்
தொடங்கின

## Thozi (Malaysia)
## Garden

The clamor of birds
chasing me away,
denying entry
to the garden.

Around the lined trees
flowers bathed in colors,
a silent lake in the middle;
in the setting sun
in the shadow of a soothing twilight
still the waft of
sweat, blood, and the smell of rubber.

The estate huts, the people
trees and leaves and roots,
that once stood there …

The sound of birds,
destroyed for ever;
the state announces
a new policy.

In the space
culled from mountains,
buildings stood
in spectral silence,

In this garden, then
the clamor of birds
began.

கி. பி. அரவிந்தன் (பிரான்ஸ்)

## திசைகள்

காலைச் சூரியனுக்கு
முகம் காட்டி நின்றால்
புறமுதுகில் மேற்கிருக்கும்.

இடக்கைப் பக்கம் வடக்கு
வாடைக்காற்று தழுவும்.

வலக்கைப் பக்கம் தெற்கு
சோழகம் பெயரும்.

வாடை, சோழகம்
கச்சான், கொண்டல் என்றே
திசைகள் உணர்த்தும்
காற்றின் பெயர்கள்.

அன்றைக்கு அம்மா சொல்லிடும்
எளிமையில்
திசைகள் துலக்கமாய் இருக்கும்.

இப்போவெல்லாம் திசைகள்
எனக்கு துலக்கமாயில்லை.

பெயர் சொல்லும்படியான
காற்றுகளும் ஏதுமில்லை

வீசுவது புயலெனத் தெரியும்
புயலுக்குண்டா திசை?
அதனிடை நான் இல்லாததால்
வெளியில் நின்றபடி
திசைகளைத் துலக்கும்
ஓரோர் தடவையும்
முயற்சியில் தோற்கிறேன்.

## Ki. Pi. Aravinthan (France)
## Compass

Face the rising sun
at your back is
West.

On your left is North, the
source of *Vaadai* winds.

On your right is South
*Chozhakam* begins there.

*Vaadai, Chozhakam*
*Kachan, Kondal*
names of winds
teach you to navigate.

Back then,
in my mother's words
cardinal directions become precise.

Orientations are now
no longer clear.

No winds now with
familiar names.

We recognize the storm
whence its direction?
Not in the eye of the storm
standing outside
each time I try to
fathom the direction
I fail.

# புலம் பெயர்ந்தோர்
# Diaspora

அவை தொலைந்திருக்குமோ?
ஏன் இந்த சந்தேகம்
வடக்கிருந்து புறப்பட்டவன் நான்
என் நினைவு சொல்கிறது.

தெற்கிருந்து வருகிறாய் நீ
குளிர் வலையத்தில்
எதிர்கொள்பவர் சொல்கின்றனர்.

எங்கிருந்து வந்தேன்
எத் திசையில் செல்கிறேன்?
என் விந்தணுவில் முளைத்தவையும்
குரலெழுப்புகின்றன
எத்திசையை முகங்கொள்வது?

எனக்குச் சொல்லித்தர
அம்மாவுக்கு இலகாயிருந்தது
என் குழந்தைகளுக்குச் சொல்லித்தர
எனக்கோ முடியவில்லை.

அம்மாவின் எளிமை எனக்கில்லை.
ஒரேவொரு தடவை
எழுவான் திசையை
யாரேனும் சுட்டுவீராயின்
சுடரும் விடியல் சூரியனுக்கு
முகம் காட்டி நிற்பேன்.
திசைகளைக் கண்டு கொள்வேன்.
குழந்தைகளுக்கும் அறிவிப்பேன்.

Have they got lost?
I wonder.
I left from the North
my thoughts wander.

You come from the South
they keep telling me
those I encounter in the cold hemisphere.

From where did I arrive
where am I headed?
Even my offspring protest.
Which way do I turn?

It was easy for my mother
to teach me;
no longer easy for me
to teach my children.

I lack the simplicity
of my mother;
Just once if someone would show me
the sun's direction
I will face the
burnished sun;
I will orient myself and
instruct my children.

ஔவை (கனடா)

## என்னுடைய சிறிய மலர்

சிறிய மலராய் விரிந்து மலரும்
என் மகளுக்கு
எப்படிக் காட்டுவேன்
இந்த உலகை.

மாசு மறுவற்ற பச்சைக் குழந்தை
காற்றையெல்லாம் தென்றலென்றெண்ணி
கற்பனையில் சஞ்சரித்து
ஒலியெல்லாம் சங்கீதமென
வாழ்வை இனிதாகவே காணத் தெரிந்த
கன்றுக்குட்டி
என் சிறு பெண்.

வாழ்வின் முழுமைக்கு
பெண் குழந்தை வேண்டுமென்று
பேரவாக் கொண்டிருந்த என் தாய்மை
பிறந்த நாள் முதலாய்
இளஞ்சிவப்பு வர்ணத்தில்
சட்டை தைத்து
பொட்டு வைத்து காது குற்றி
பெண்ணாய் அவளை நினைத்த
என் தாய்மை......

பெண்ணென்று பிறந்ததற்காய்
பெருமைப்பட வேண்டுமென்று
கனவுகளில் திளைத்திருந்த
என் தாய்மை..
சிறகொடிக்கப்பட்ட ஒரு
ஒற்றைத் தும்பியாய்
திகைத்துப்போய் மிரண்டு கிடக்கிறது...

வக்கிரம் நிறைந்த விலங்குணர்வின்
குரூரம் நிறைந்த கயமையின் முன்னால்

## Avvai (Canada)
## My Little Flower

A little flower,
blossoming and blooming;
how would I show my daughter
the ways of the world?

Unblemished, unsullied child,
for her,
any wind a lulling breeze,
the world imagined to perfection,
all noise is music;
her only vision,
life is beautiful:
my little daughter.

My maternal instincts
yearned for a daughter
to complete my life;
from the day she was born,
sewed dresses in red,
adorned her face
pierced her ears,
the mother in me
pictured her, a
woman.

My dreams as a mother:
you must be proud
to be born a woman;
now shattered –
a dragonfly with its wings clipped.

The strength of the bestial
the cruelty of evil

சிதறிப்போயிற்று சில்லம் பல்லமாய்
சிதறிப் போயிற்று

என் மகளுக்கு
எப்படிக் காட்டுவேன்
இந்த உலகை ...

மூன்று வயதிலும்
பால் முலையருந்தும் பவளவாய்க் குருத்துகள்
கொஞ்சிக் குலவி
நிலாக் காட்டச் சிரிக்கும்
சின்ன வயதிலும்
ஆண் குறிகளால் துளைக்கப்படுவதை
எப்படிக் காட்டுவேன்.

அள்ளி அணைக்கின்ற அப்பாவோ
ஆசையுடன் கொஞ்சுகின்ற மாமாவோ ஆயினும்
அடிவயிற்றில் துளையிடும்
ஆண்குறியர்களாகிப் போய்விடக்கூடிய
இந்த உலகை
எப்படிக் காட்டுவேன்

சூழவுள்ள உலகம் முழுவதும்
விறைத்துப்போன ஆண்குறிகளாய்
அச்சம் தருவதை
எப்படி தவிர்ப்பேன்

காற்றெல்லாம் தென்றலென்றும்
ஒலியெல்லாம் கீதமென்றும் எண்ணியபடி
சிறகுகளை அகல விரித்து
சிறகடிக்க முடியாது என் பெண்ணே!
வெந்து புண்ணாய்
வலியெடுக்கும் இதயத்துடன்
வாழ்தலும் முடியாது
எழு!
உள்ளே அனலாய்
எரிந்துகொண்டிருக்கும்

splintered,
shattering everything.

How would I show this world
to my daughter?

How would I show her
those children
three years old
still suckling babies,
laughing at the moon
pierced by a phallus.

A father, an uncle
hugging the children
transformed,
now phallic beings
thrusting into the pit
of their stomach.
How would I show this world
to my daughter?

How would I escape
this entire world
now smothered in
phallic cruelty?

You cannot spread your wings
my daughter.
A wind is not a breeze,
a sound is not a song.
You cannot live
with your heavy heart
a raw wound.

Rise!
become the earth

பூமியின் வடிவாய்
விரித்தெழு

பொட்டும் பிறவும்
அலங்கரிக்கும்
மேனியழகு உன் அழகல்ல
வெறியும் திமிரும்
அதிகாரமும்
உடைந்து சிதற எழுந்து நில்
உன்னை மீறிய எந்தக் குறியும்
உனது உடலைத் தீண்டாதவாறு
அக்கினிக்குஞ்சாய்
உயிர்த்தெழு!

இந்த உலகின்
பெண்மை வடிவம்
இதுவென்றெழுது.!

a fire
burning in its bowels.
Creams and ornaments
are not your beauty.
Stand up straight
shattering pride, power
and insolence.
No phallus that defies you
dare touch your body;
rise like a ball of fire.

Proclaim to all:
this, today, is
Woman.

ஆழியாள் (அவுஸ்ரேலியா)

## பெருமடி

கடற்கரைகளில்
எவ்வாறெல்லாம் புதைத்திருக்கிறோம்
இரகசியங்களை.

விரல்களால் கீறி அழித்தவையும்
காற்பெரு நகத்தால் நிமிண்டிப் புதைத்தவையும்
கால் நனைக்கையில் பாதத்தூடு நழுவிப் போனவையும்,
மணற்கோட்டையாய் எழுந்தவையும்
தோண்டிய குழியுள் விழுந்தவையும் என
எத்தனை இரகசியங்களைப்
புதைத்திருக்கிறோம் கடற்கரைகளில்?
எத்தனையைக் கரைத்திருக்கிறோம் இக் கடல்நுரைகளில்.

ஆனால்
கடலின் பெருமடியோ வாஞ்சை மிக்கது,
மிக வாஞ்சை மிக்கது.

இரைச்சலில்
நம் காதுகளுக்கெட்டாத வாக்கியங்களின் கருணையையும்,
கரிக்கும் உப்புக்காற்றில்
காதலர் மென்று விழுங்கிய அழகிய சொற்களையும்,
பிரம்ம ரகசியமாய்க் கோர்த்து வைத்திருக்கிறது அப் பெருமடி.

ஒவ்வோர் நாளினது கடைநுனியிலும்
நம் ஒவ்வோரது ஒவ்வொரு ரகசியமும்
உயிர் பெற்று எழுகிறது
சினை பொதிந்த ஓர் வெள்ளி மீனாய்
ஓர் கடற்பாசித் தாவரமாய்
ஓர் பவளப் பூப்பாறையாய் உருக்கொண்டு.

ஆமாம்
கடலின் பெருமடியோ வாஞ்சை மிக்கது,
மிக வாஞ்சை மிக்கது.

## Aazhiyaal (Australia)
## Catchment

We bury so much
on the shore;
secrets,
written with our fingers and smudged,
dug with our toes and buried,
those that slipped away
when dipping our feet,
those that rose with sand castles,
those that fell into holes we dug,
how many secrets,
have we buried on the shore?
how many have we dissolved
in the foam?

But
the lap of the sea is spacious,
capacious;
the compassion in words
unheard in the din,
the soft words of lovers
carried in the salty wind,
stored in its lap
carefully.

At the end of each day
our minute secrets
rise again
a pregnant silver fish
a sea weed
a pink sea rock.

Of course
the lap of the sea is spacious
capacious.

மீளவும் மற்றுமொரு புதிய நாளின் விடியலில்
ஹோ ஹோ ஹோவென
மேலும் இரகசியங்கள் பல வேண்டி
ஆர்ப்பரித்துப் பாறைகளில் மோதிச் சிதறுகிறது கடல்.
கரையொதுங்கும் அலைகளூடு
தவிப்பாய்க் காத்திருக்கின்றனர் கடற் கன்னியர்
நம் இரகசியங்களைக் கடல் சேர்த்து உயிர்ப்பிக்க.

Another dawn
ho ho ho
laughs the sea, breaking on the rocks,
wanting secrets.
The mermaids wait patiently,
in the shore-hugging waves,
to gather our secrets,
for the sea to breathe life.

தா. பாலகணேசன் (பிரான்ஸ்)

## அப்பாவின் ஓவியம்

வர்ணச் சோக்குக் கட்டிகளால்
குழந்தை ஓவியமொன்று வரைந்திருந்தான்
அவனது தந்தையின் பிறந்த நாளின் பரிசாக

ஒடுக்கப்பட்டவனுக்கான ஆடையை
வர்ணங்களால் நெய்த அந்தச் சின்னக் கையை
தாய் முத்தமிட்டாள்

அவ்வோவியத்தில் மூன்று கால்களும்,
இரண்டு இதயமும் இருந்தன.
முகில் படுக்கை விரித்திருந்தான்
தேனீக்களின் பயணப் பாதைக் கோடுகள் போட்டிருந்தான்
முகமற்றவனாகவும்
இயந்திரமானவனாகவும் அவன் வரைந்திருந்தான்
ஓவியத்தின் அடியில்
"எனது அப்பா" எனத் தலைப்பிட்டிருந்தான்

"டேய்! உன் அப்பாவை நீ அப்படியா காண்கிறாய்?"
அவன் தலையை அசைத்துவிட்டு மௌனமாய் இருந்தான்.
அவளது மன வெளியில் கெட்ட கனவொன்று.
கண்டருண்ட கனவுப் பறவை
இறக்கை அடித்துத் துடிக்கிறது

T. Balakanesan ( France)

## My Father's Portrait

With colored chalk
for his father's birthday
he drew a sketch.
Clothes of the shunned
he drew with colors;
her mother kissed
that little hand.

The sketch had three legs
and two hearts;
a blanket of clouds,
lines for the passage of bees;
faceless, machine-like
he drew images;
at the bottom, he wrote,
"My father."

"Fool, is this how you see your father?"
He nodded his head, silent.
In his heart, a frightening dream:
a terrified bird
flapping its wings in agony.

செழியன் (கனடா)

## புதைகுழிக்குள் போகப் போகின்றவர்கள்

காற்று களைத்துப் போனது
ஆடி ஆடி மெல்ல தெருக்களில்
நடந்தது

இது என் கடைசிக்காலம்
காற்றுச் சொல்ல
கடல் கண்ணீர் விட்டு அழுதது

பறவைகள் எல்லாம் சிறகசைத்து
காற்றை சுற்றி நின்றன.
மரங்கள் இலைகளை பிடுங்கி எறிந்துவிட்டு
நிர்வாணமாக கை கூப்பி வணங்கின

புழுக்களும், பூச்சிகளும் மலைகளின்
முகடுகளில் ஏறி ஒற்றைக்காலில் நின்றன

மனிதர்கள் கண்களுக்குள்ளும்
கைகளுக்குள்ளும் அகப்படாத
நட்சத்திரங்களைப் பற்றி இன்னமும்
பேசிக் கொண்டே இருக்கின்றனர்

## Chelian (Canada)
## The Burial

Swaying gently
the tired wind
walks.

This is the end
says the wind:
the sea weeps;
the birds
their wings flapping,
surround the wind;
trees tear their leaves
stand naked, deferentially.

Worms and insects on hilltops
stand one-legged on edges.

People continue to chatter
about stars
that neither the eyes nor
hands can grasp.

சேரன் (கனடா)

## சுந்தரி

இருபத்தாறு ஆண்டுகள் ஆயின.

நம் முதல் சந்திப்பு
நிகழ்ந்தது
கொழும்புக்கு மேற்கே ஒரு
கடற்கரை
வீட்டில்

அதன் வேலிகளுக்கு அப்பால்
தாழை. அடம்பன் கொடி.
அச்சமும் நாணமும்
சூழ்ந்தாலும்
மோகக் கிறக்கத்தில்
நடுங்கும் காதலர்கள்.
அலைகளின் ஓயாத முறையீடு.

உயிர் தப்பி நிலம் விட்டுப்
பறக்கிற
அவசரமும் அவலமும்
இருவருக்கும்

நமது அறச்சீற்றத்தின்
தீப்பொறி
கடலில் வரைந்த நேர்கோட்டில்
நடந்து
திசை பிறழாது தப்பித்து
ஹேக் பட்டினத்துக்கு
வந்தபோது
காலைச் சூரியனும் மாலைச்
சூரியனும்
ஒன்றென ஒளிர்ந்த காலம்

## Cheran (Canada)
## Sundari

Twenty-six years have passed.

Our first meeting,
West of Colombo,
a house on the beach.

flowers and creepers;
beyond the fence,
fearful and shy
lovers trembling in passionate embrace.
Waves breaking incessantly.

For both of us
the agony and haste
of flight to safety.

The spark of righteous anger
a straight line on the sea,
unswerving we stayed the course,
reaching the Hague
where dawn and dusk
merged as one.

"Goluhathavaththin thunveniyamatta" -
your music my lullaby.

When Subha was born,
I heard her cry
I saw your tears.

Scattered like floating lotus
defying land and time,
our wings gained strength.

“கொளுஹறதவத்தென்
துன்வெனியாமமட்ட” என
இசையே என் தாலாட்டு

உனக்கு சுபா பிறந்தபோது
அவளது அழுகையைக் கேட்டேன்
உனது கண்ணீரைப் பார்த்தேன்

நிலத்தையும் காலத்தையும்
வென்ற
ஆகாயத் தாமரைகள் போல
அலைந்தாலும்
சிறகுகள் வலிமை பெற்றன.

அன்பைப் பிழிந்தெடுத்த
உயிர் உனக்கு

கடலும் காடும் வெளியும்
எம்மைப்
பிரித்திருந்தாலும்
இணைக்க என எப்போதும் இருந்தன
கனவுகள்.
“மகன், என்ன ஆளையே காணோம்;
குரல் கேட்க முடியவில்லை
படமாவது அனுப்பு” என
நீ அவ்வப்போது அனுப்பும்
ஒரு மின்னஞ்சல்;
விடுப்பார்வம்
கொப்பளிக்கும் தொலைபேசி
வரிச்செய்தி.

வாழ்வோ குறுகியது
எதை அறிந்தோம்?

–நாம் தவறி வீழ்ந்த
நீர்ச்சுனைகள்
காதலின் பளிங்குகள் அல்ல

Your life the essence of kindness.

Divided by land and sea and space,
our dreams
a constant bridge.

"Son, where are you?
I don't hear your voice,
send me your picture."
The messages you sent.
The telephone bursting with
love.

A short life,
what did we learn?

We are puddles
created by chance;
not crystals of love;
poetry, music and freedom
remain always entwined;
we can tread on fire, or
defy the wind;
we cannot lose our lives.

This year in the Hague
when we met,
my farewell was final.
From you
a smile and a tear.

கவிதையும் இசையும்
சுதந்திரமும்
பிரிக்கப்பட முடியாதவை
தீயை மிதிக்கலாம்
காற்றை எதிர்க்கலாம்
வாழ்க்கையை இழக்க
முடியாது–

இந்த ஆண்டு மறுபடியும்
ஹேக் நகரில் சந்தித்தபோது
நான் சொல்லாமல் சொன்னது
பிரியாவிடை
உன்னிடமோ
புன்முறுவலும் ஒரு
கண்ணீர்த்துளியும்.

இளங்கோ (கனடா)

## வதை

நா பிடுங்கப்பட்டு
வார்த்தைகள் சிதைக்கப்பட்ட நாளில்
மூன்று சிறகுகளுடைய பறவையொன்று
மொழியைக் காவியபடி பறக்கக்கண்டேன்
என்னைப் பிரகடனப்படுத்துவதென்பது
உனதிருத்தலை மறுப்பதல்லவெனும் கதகதப்பான சொற்களை
காற்றின் நாவுகள் ஈவிரக்கமில்லாது விழுங்கிச்செல்கின்றன
எப்போதுமித்தனிமையும் அலட்சியமும்
யாரையோ காயப்படுத்திக்கொண்டிருக்க
மொழியைச் சாம்பர்வானத்தில் தூவிச்செல்லும் பறவைமீது
கல்லெறிந்து தம் வன்மத்தைக் கரைத்துக்கொள்கின்றனர்
மூன்றிலொரு சிறகை இலையுதிர்காலவிலையாய்
நீளுமிரவுகளின் மீது உதிர்க்குமென் பிரியபறவையின் செஞ்சொண்டறியும்:
சொற்களோடு இடையறாது போரிட்டுத்தோற்பதை
தனிமையெனப் பெயரிட்டென்னைத் தேற்று'வதை'.

## Elanko (Canada)
## Torture

Tongue ripped
words mangled,
on such a day I saw
a three-winged bird in flight
carrying the language;
asserting myself
is not to deny your world;
these words are swallowed
by the unkind tongue of the wind;
This solitude and indifference
always hurting someone,
they stone the bird that
sprinkles this language
across the grey sky;
my bird
shedding one wing in the
lengthening night of autumn
knows
struggling with language
only to lose
is solitude and
torture.

கீதா சுகுமாரன் (கனடா)

## இருவர்

சீதையே வட மாமன்னனின் மகள் நீ
நானோ தென்கோடி வல்லரசன்கோட்டைக் கிழானின் பெண்
உன்னைப் போல் பேரழகு இல்லையென்றாலும்
என்னுரு எனக்குப் பிடித்தமானது

சுயம்வரம் வைத்து வில் வளைத்தவன்
உன் கணவனானான்
அருவி கொட்டும் மலைநாடனிடம்
அன்புகொண்டொழுகி களவின்பாற்பட்டு
எங்கள் மணநாள் முடிவானது

இராமனும் இராவணனும் பொருதும் பொருளானாய் நீ
நமது கதைகளில் தொடர்பேதுமில்லை
மாபெரும் வளம் உன் பெயரானது
ஒட்டும் வயிற்றடர்ப்பஞ்சமென் படிமம்.

வெற்றிப் பெருமித ஆரவாரங்களையடக்கிய
இடியலர் ஸ்ரீராமன் சிந்தை அட்டது
பஞ்சம் கடந்தேக என் கணவன் தமையனிடம் துரத்தினான்
உற்றார் நையாண்டியொலியில் மூச்சு நெறிந்தது
உனக்கொரு மந்தரை
எனக்கோ நீலியலங்காரி

நைந்துழல்வுற்று ஒருவருக்கேனும் குறை பகராமல்
நீ மண்ணுக்குள் புதைந்தாய்
எனதேழு பிறப்புகளையும் வீசியெறிந்து
அதே கிணற்றுக்குள் சிதம்பும் பாவியானேன் நான்

## Geetha Sukumaran (Canada)

### Reflection*

You Sita, are the daughter of a great Northern king;
I the daughter of a mighty Southern king.
Your supreme beauty I do not possess,
I like my own.

Suitor in *Swayamvara**
he bent the bow
became your husband;
from the stream-warbling hill country
came my lover, my clandestine passion;
our marriage was fixed.

Rama and Ravana fought over you;
your story and mine don't intersect;
your name, a synonym for wealth,
famine was my lot.

Basking in the gossip of festive victory
Rama's mind went astray.
Impoverished, my husband
banished me to my brother;
my breath wilted in the scorn of kith and kin.
For you a Manthara.**

For me a Neeliyalankari.***

Suffering, without complaint
you sank into the earth.
Flinging my children
all seven of them,
I too sank
in a wretched well.

பிறகு
நாம் கோவில்கள் கட்டப்பெற்ற தேவிகளானோம்.

Later,
temples were built;
we became goddesses.

*The poem deals with two important figures: Sita in *The Ramayana* and Nalla Thangal in Tamil folklore. The former, suspected by her husband, disappeared into the earth, and the latter, abandoned by her husband, jumped into a well, together with her children, and killed herself. *Swayamvara* – an ancient ritual of choosing a husband among suitors.

** Manthara was the servant of Kaikeyi in *The Ramayana*, who orchestrated the banishment of Rama.

*** The cruel sister-in-law of Nalla Thangal.

ஹம்சத்வனி (கனடா)

## மழை

இது
இந்தப் பருவத்துக்கான
கடைசி மழையாக இருக்கலாம்

ஈரமாகிக் கொண்டிருந்த இரவில்
என் நினைவுகள் திரண்டெழ
திடுக்குற்றேன்

அன்றும் அப்படித்தான்
மௌனமாய் அழுதுகொண்டிருந்த
மலைகளைப் பார்த்துக் கொண்டிருந்ததில்
ஒரு மாலை இரவாயிற்று
வீட்டுக்கு வந்தபின்னும் கூட
கனவு முழுவதும் மலைகள்

மலைகளை விட்டுப்
பிரிந்திருக்க முடிவதில்லை என்னால்

நேற்றும் கூட
எல்லாத் துயர்களுக்குமாய்
அழுது கொண்டும்
எல்லா மகிழ்வுகளுக்குமாய்
பிரார்த்தித்துக் கொண்டும்
அடிவாரத்தில் நான்
நடந்து கொண்டிருந்தேன்
மௌனமாய்
மலை என்னோடு இருந்தது
மரங்களில் இருந்து
உதிர்ந்த சருகுகளில் கூட
மௌனம் ஊறியிருந்தது.

## Hamsathvani (Canada)
## Rain

For this season
this could be
the last rain.

Startled
by the gathering thoughts
in this teeming night.

On that day too
watching the mountain
weeping silently
the evening became night;
dreams of the mountain persisted,
after my return home.

I cannot be away
from the mountain;
even yesterday
at the foothill of the mountain
weeping for all sorrows
praying for all joys
I walked;
The mountain stood with me
in silence;
the leaves shed by the trees
were soaked in
silence.

இளைய அப்துல்லாஹ் (இங்கிலாந்து)

## என்னோடு உறங்கும் பூனை

ப்ாய்ந்து வந்து என்னோடுதான்
அது உறங்குகிறது.

எனது படுக்கையில்
எனது அருகாமையில்
என்னை விட்டு அகலமாட்டேன் என்கிறது

பூனையின் முடிகள் சுகமானது
அதனை வருட வருட புணர்வுணர்வு
அதன் கழுத்தில் ஒரு தாலி கட்டி
அழகு பார்த்தேன்.

பூனையின் தாலி என்னை குத்துகிறது.
விலக மறுத்த பூனை
பல வருடங்களாக என்னோடேயே இருக்கிறது.

எனக்கு வலிக்கிறது என்பது
பூனைக்கு தெரிகிறதாயினும்
என்னோடுதான் உறங்குகிறது தினம்

அடம் பிடித்து அப்புறப்படுத்த
முடியாமைக்கு தாலி இருக்கிறது.

ஒரு வேள்வி போலத்தான்
பூனைக்கும் எனக்குமான உறவு
அது எப்பொழுது மாறிப்போனது
என்று நினைவில் இல்லை.

அழகிய பூனை அது
நிறைந்த மயிர் அதுக்கு.
மயிரால் உராயும்
போதெல்லாம் சுகம்.

## Ilaiya Abdullah (England)
## Sleeping With the Cat

Running across,
my cat
sleeps with me.

On my bed
next to me,
refuses to budge.

The cat's hair is downy,
stroking it reminds me of
coitus;
I hung a *thali* * around its neck
admired its beauty.

The *thali* pricks me;
refusing to budge,
for many years,
the cat remains with me.

The cat knows,
it hurts me, but insists on
sleeping with me.

The *thali* gets in the way
of stubbornly
pushing it away.

It is a ritual
between me and the cat,
I don't remember
when that changed.

A beautiful cat
with lots of hair;

அடங்க மறுக்கிறது பூனை
சில வேளைகளில் அது அத்து மீறுகிறது.

ஆனாலும் பூனை
எங்குமே போக விடாத படிக்கு
என்னொடு உறங்குகிறது.

கால்கள் பின்னிக்கிடக்கும்
போதெல்லாம் என் கால்களை
அது சொந்தமாக்குகிறது.
பூனைக்கு எனது வலியில்
ஒரு சிரிப்பிருக்கிறது.

so comforting when
it rubs against me.

It refuses to listen,
oversteps its bounds
sometimes.

Yet the cat
sleeps with me,
confining me.

When I cross my legs,
it claims them for itself;
it seems to enjoy
my discomfort.

*A ceremonial pendant worn by a married woman.

வ. ஐ. ச. ஜெயபாலன் (நோர்வே)

## மியூசியம்

பசியிலிருந்து தப்பிக்க
தூக்கம்
மிக உசிதம்.
மியூசியம்
படிகளில்
தூங்குவதென்றால்
இன்னும் உன்னதம்.
புராதனமானது
பசியைக் காட்டிலும் வேறென்ன?
மஞ்சள் பூத்துப்போன
எலும்புக் கூடுகளோடும்
துருப்பிடித்த பீரங்கிகளோடும்
தூங்குகையில்
இறந்த காலத்தின் உள்புதைந்த
மரண அமைதியுடன்
இன்றைய உலகின்
உயிர்த் துடிப்புள்ள ஒரு பகுதி
கலந்துவிடுகிறது
வெளியே
தளிர்கோதும் மைனாக்கள்
சதா ஒலியெழுப்புகின்றன.
உள்ளே
நூற்றாண்டுகளுக்கு முன்னரே
வெடிக்க மறந்துபோன துப்பாக்கிகளுக்கு
எண்ணெய் பூசிக் கொண்டிருக்கிறார்கள்.
முதுமக்கள் தாழிகள்
நொறுங்கிய
தங்கள் வயிறுகளுக்குள்
எதிர்காலத்தை
ஏப்பம் விடுமோ என்கிற
அச்சம் ஏதுமின்றி
ஒளிக்கற்றைகளுடன்
ஓடிப்பிடித்து விளையாடும்
உதிர்ந்த சருகுகளை

V.I.S. Jayapalan (Norway)

## The Museum

To escape hunger
sleep
works well.

Sleeping on the steps
of the museum
even more reassuring.

Surely,
nothing is more ancient
than hunger.

Sleeping with the
yellowed bones
and rusty cannons,

the serenity of a dead past
merges with
a fragment of the pulsating
present.

Outside,
Myna birds,
pecking at buds
singing incessantly.

Inside,
Guns,
failing to fire
centuries ago,
now being oiled,

without fear
if the urns of the ancients

ஊதிப்பறக்க விடுகிறது
காற்று.
குளிர்ந்த காற்று
உறங்குவதற்கா
விழிப்பதற்கா

their crushed stomachs
would belch
to haunt the future.

The wind
scatters

the fallen leaves
playing hide and seek with
beams of light.

A cold breeze.

To sleep, or
to awaken?

காலம் செல்வம் (கனடா)

## வியாகூலப் பிரசங்கம்

வெளிக்கிட்டு
முப்பத்து மூன்றாம் நாள் வந்து சேர்ந்தேன்
காலம் எல்லாம் நடந்தவன்போல

குடிவரவு அதிகாரி
கடும்வெய்யில் கண்டவர்போல்
சிவத்திருந்தார்.

தலித்தாய்ப் பிறந்து
தமிழனாய் குனிந்து
கறுப்பனாய் எனை உணர்ந்தேன்.

ஏன் வந்தாய்? என்றார்
அக்கிரமம் தலைதூக்கி
அன்பு தணிந்துபோன காலத்தில்
பிறந்தவன் ஐயா, என்றேன்
கல்லாகிப் பொல்லாகி இரும்பாகி
கலிபர் ஐம்பதான காலத்தில் வாழ்ந்தவன்.

திரும்பவும் முறைத்து
நீ ஏன் வந்தாய்? என்றார்
அண்ணனும் தம்பியும் அடித்து
அடுத்த வீட்டானும் அதற்கு அடுத்த வீட்டானும் துரத்த
ஆர் ஆரோ பட்டதுயரெல்லாம் என் கதையாக
அவர் கலங்கி,

என்ன கொண்டு வந்தாய்? என்றபோது
மூவாயிரம் ஆண்டு இழுத்து வந்த சிலுவை இருக்குது
முப்பதாண்டுகளாய்ச் செய்த ஆணிகள்
இருக்குதென்றேன்.
போய் நீ உன்னையே அறை என்று
கை குலுக்கிக் கனடாவுள் அனுப்பி வைத்தார்
இங்கே,
இலைகொண்ட கொடி ஆட
என்னை அறைவேன் சிலுவையிலே.

## Kalam Selvam (Canada)
## Narratives of Torment

I left, like one
crossing aeons of time
arrived in thirty-three days.

The immigration officer
red-faced
like one in the hot sun.
Born a dalit,
humbled as a Tamil,
now a black.
"Why did you come?" he asked;
"I was born in a time
when evil was rampant, and
love has ebbed away" I said.
Stones and sticks and steel
now an age of 50 caliber guns.

He stared again:
"Why did you come here?"
"Beaten by brothers,
beaten and chased by neighbors
and their neighbors," I said
stories of many becoming mine.
He melted.
"What did you bring?"
A cross I've dragged for
three thousand years, and
nails made in thirty years;
"Go, crucify yourself" he said
shaking hands,
ushering me into Canada.
As the flag, with its maple leaf,
sways in the wind,
I will crucify myself.

மைதிலி (கனடா)

## தினமும்

ஏனோ தெரியவில்லை
சந்தேகமாய்
ஒவ்வொன்றுக்கும்
காரணம் கேட்கிறார்கள்
நீண்ட முட்கம்பி வேலிகளினூடு
நகரிற்குள் தினமும்
போய்வரத்தான் வேண்டியுள்ளது
நித்தமும்
காத்திருக்கும் மனிதர்கள்
சட்டைகள் பிய்ந்து
சதைகள் பிய்ந்து
அவலமாய்க் கதறுவர்
அவர்கள் அடிக்க இவர்களும்
இவர்கள் அடிக்க அவர்களும்
சூரியனின் வெம்மையில்
காய்ந்து போகும்
சிதறுண்ட குருதியும்
நம்பிக்கைகளும்
வேற்றுமொழியில் அதட்டும் குரல்கேட்டு
மிரண்டழுகிறது குழந்தையொன்று
கடவுளே
நான் யாரைக் குறை கூறுவேன்?
முதுகுப் புறத்திலிருந்து
பீரிட்டெழும் குருதியைத்தான்
சகிக்க முடியவில்லை

## Maithily (Canada)
## Routine

Not sure why,
suspicious,
they ask for explanations
for everything;
through barbed wire fences
I need to go everyday
to the city;
everyday the waiting folks
their clothes torn
their flesh ripped
wail horribly;
Both sides attacking
each other,
the scattered, sun-dried
blood and hopes;
startled, the child wakes
hearing the yelling in an
alien tongue;
O God
who is at fault?
I cannot stand any more
the blood
spurting from my back.

மயூ மனோ (கனடா)

## அந்தரங்கம்

நிரம்பி வழியும் கோப்பிக் கோப்பையின்
விளிம்பில்
உதடு வைத்து
உறிஞ்சித் தீர்க்கிறது பால்யத்தின் அவா
மாத விலக்கின் கிழமை நெருங்க
கட்டிக் கொண்ட மார்பின் காம்புகள் வழி
குருதி வழிவதை
பாலாய்ப் பருகுகிறது
கத்தி ஓய்ந்த குழந்தை
குப்பைத் தொட்டியின் எச்சிலையின்
ஒரு பருக்கை சோறும்
சில துளி எச்சில்களும்
பச்சையத்தில் படிந்த ரேகைகளும்
அள்ளித் தின்ற அசதியில் களைத்தும்
பின்னிரவில் புணர்ந்ததை
கசங்கிக் கறுப்பாய்
கலவி மணம் வீசும் மல்லிகை
கதை கதையாய் சொல்கிறது
காலையில்
உணர்ச்சிகள் தெறித்து
பீச்சியடித்த சுவரின்
பச்சை வாசனையையும்
வெடித்துக் கிளம்பிய சிரிப்பை
அடக்கிக் களைத்து
மயங்கிக் கிடந்த உடலைத் தழுவி
வியர்வையை அள்ளிக் குடித்தும்
அடர்ந்து வீசும் காற்று
ஓயாது பேசுகிறது
அந்தரங்கம் பற்றி
தன் அறுக்கப்பட்ட நாவால்
உச்சரிக்கவே முடியாத ஒரு மொழியில்

## Mayoo Mano (Canada)
## Privacy

Filled to the brim,
lips on the edge of the cup
sipping deeply to quench
the passion of adolescence;
her period nearing
the nipples of her firm breasts
trickling blood
the child,
tired from crying,
drinks as milk;
tired from eating
a morsel of rice
from the garbage bin
a smattering of spit
the smudges on the plate;
the smell of crushed jasmine
tells the story
of late night sex;
in the morning
emotions burst
leaving signs on the walls
the explosive laugh
suppressed and tired;
the breeze
stroking the comatose body,
drinking the sweat
speaks endlessly
with its severed tongue
in an incomprehensible language, about
privacy.

மு.புஷ்பராஜன் (இங்கிலாந்து)

## பொய்களின் திருவிழா

திருவிழாக் காலம்
இப்போது
பொய்களின் திருவிழாக் காலம்.

மிக்க கவனமாய்
தேர்ந்து கோர்த்த வார்த்தைகள்
நெஞ்சை அள்ளும்
நியோன் ஒளியின் எழிலுடன்.

நாமறிந்த உலகின் தீமைகள்
வண்ணச் சரிகையுடன்
பொம்மலாட்டம் முன்செல்ல
பிற்பாட்டுப்பாடி
தாளமிடும் அணிதொடர
வாண வேடிக்கையாய்

திருவிழா நெரிசலில்
கால்களில் கசங்கிய
மணலுள் புதைந்த
துண்டு துணுக்குகளாய்
நாமறிந்த உலகின் உண்மைகள்
உயிர் சிதறிக் கிடக்கின்றன.

M. Pushparajan (England)

## Festival of Lies

Festive season;
now,
a festival of lies.

Carefully chosen words
now mix with the
beauty of neon lights.

Evils of the world
dressed in finery,
idols moving ahead
songs in the rear
throngs following:
a carnival.

In the swarming crowds,
trampled
buried in the sand,
broken apart
the truths we know
lie scattered.

றஷ்மி (இங்கிலாந்து)

## சூரியனைக் கைமாறுதல்.

கைப்பிள்ளையாய்ச்
சூரியன் இருந்த காலத்தில்
கிழச்சோம்பேறியொருத்தன் சுமந்து திரிந்தான்

தியாலம் ஒரு ஆண்டாய்ப் பொழுது
இருந்தது

ஆயிரம் பல இறாத்தல் பாரங்களோடு
பிணைக்கப்பட்டிருந்த மணி முட்கள்
நகர்வதேயில்லை
நாட்காட்டிப் பக்கங்களோ – இற்றுப்
பொடியாகி உதிர

தேதி பின்னாய் நகர்ந்தது
இரவுகள் கூர்ந்து பார்ப்பின்
துயராலும்
பகல் அதுவும் மாளாத் துயரின் சாயல்
படிந்தும் இருந்தது
தடிப்பு மிக்கதாய்க் காற்று
அமைப்பழிந்து நீரின் தன்மையற்று சகலமும்
இருந்தது
எரிச்சலுட்டும் இனிய இசையும்
போதை தரா புளிப்பு மதுவும்
எதையும் கிளர்த்த ஒன்னா மகளிர்
இளையருமாய்
நூறு ஆண்டுக் கோடையும்
மாரி இன்னொரு நூறாண்டென
பிழைப்பு
சலிப்புத் தர செக்கில்
சுழன்றது.

பிரிவு ஒரு உப்பு
இடம் எல்லாம் சீராய் விரவிக் கரித்தது
எண்ணுந்தோறும் தசைகள்

## Rashmy (England)
## Exchanging the Sun

When the sun was an infant
an indolent old man
carried it around.

Every hour then
was an year.

The hands of the clock
many thousand weight
no longer moved.
The calendar crumbled into
dust.

Days moved backward;
look intently,
days and nights
burdened with perennial grief;
the air heavy,
the water turbid;
sweet music harsh to the ears
spirits no longer heady;
young women did not arouse,
a hundred years of drought
another hundred of rain
existence a millstone
interminable.

Parting is always bitter,
everywhere, evenly brackish;
trembling flesh,
nerves starved with lust,
the soul's love
draining, filled to the brim.
From our paddy fields

நடுங்கும்படியாய்...
நின் காமத்தில்
பசிகிடந்தன நரம்புகள்
தேம்பி நீர் உகுத்தது சீவன் காதலில்
நெல் மணிகள் காய்ந்து
பொன்னாய் குலுங்கும் நம்
வயல் நிலங்களை
அறுவடை செய்வோம்:
நேற்றிலிருந்து ஒருநாள் கழித்து

அன்று இந்தப் பகலோ இரவோ
அண்ட முடியாதபடி
அறைகளின் சீலைத் திரைகளை இழுத்து
மூடுவோம்

அப்போது இந்தச் சோம்பேறிக் கிழவனிடமிருந்து
சூரியனை நானும்
நீ சந்திரனையுமாய் கைமாறுவோம்

gold-hued grains
we will harvest
the day after yesterday.

On that day
we will draw the curtains tight
neither day nor night
will enter.

Then from this indolent
old man,
you will take the moon
and I will exchange the
sun.

சுகன் (பிரான்ஸ்)

## இருத்தலிற்காய்

இரவோடு இரவாக
இன்னோர் எல்லைக்குள்
போவதறிவார்கள் போகும்
வகைஅறிவார்கள்

அத்திலாந்திக் பசுபிக் கரீபியன் கடல்
கட்டுச் சோறுமின்றி காற்றின் துணையுமின்றி
கடப்பதறிவார்கள் கடலுள்
அமிழ்ந்து மரிவார்கள்
இந்தப் பனிமலையின் இடுக்குகளூடு
இடுப்பிலிரண்டு குழந்தைகள் ஏந்தி
இவ்விருளும் பொழுதைக் கடந்துவிட்டாலோ
இத்தாலி வந்துவிடும் என்ற மொழிகேட்டு
எட்டி வைத்த கால்கள் தளர
இறந்த குழந்தைகள் கதையறிவார்கள்
தீவுகள் சமுத்திரம் பெருநிலப்பரப்புகள்
திக்கொன்றாக இருக்கிற உறவுகள்
தேடியலைந்தும் துரத்தப்பட்டும்
பைத்தியம் பிடித்தும் பாதியில் திரும்பியும்
திருப்பித் திருப்பி வெளிக்கிடுகிறார்
விதிக்கெதிராக
இருத்தலிற்காய்.

## Sugan (France)
## Dwelling

Under cover of night
to steal into another border
those who know why
also know how.

The Atlantic, the Pacific or
the Caribbean sea,
no morsel of food
no wind to guide
those who cross
perish in the sea;
a smothering fog
two children on the hip
just endure this night
they are told
we will reach the Italian shore,;
the feet falter
the children disappear.
Islands, oceans, expanses of land,
scattered kin,
failed quests, forced returns,
sent back mid-stream,
gradually going insane,
again and again they leave
defying fate, to seek a
dwelling.

சுமதி ரூபன் (கனடா)

## சூர்ப்பனகை

என் இரத்தம் கொதித்திருக்கும் பொழுதுகளில்
நீ என்னைத் தவிர்த்துக்கொள்கின்றாய்.

புத்திசாலி!
என் பலம், பலவீனமனைத்தையும்
துல்லியமாகக் கணித்தும் வைத்திருக்கின்றாய்.

மாதவிடாய் அழற்சியில்
உழன்றுகொண்டிருக்குமெனை
மிரண்டு பார்க்குமென் செல்வங்களிடம்
என்ன சொல்லியிருப்பாய்?

தொலைந்த சந்தோஷங்களும்
மிஞ்சிய சிறு உயிருமாய்
கழியும் என் வாழ்க்கைதனை
புரிந்து கொள்ள உன்னால் ஏன் முடியவில்லை?
நொறுங்கிய என் ஆன்மாவை
அணைத்துக்கொள்ள முயன்றதுமில்லை.

என் பெருமைகளை அனுமதிக்காத
உனக்கும் எனக்குமிடையில்
புணர்தலைத் தவிர வேறொன்றுமில்லை.
வீங்கிய ஆண்மையினுச்சத்தில்
சுக்கிலம் தெறித்தடங்கும்
குறியாய் கிடக்கின்றது
என் உடல்
எதற்குமே நாதியற்று.

என் பிள்ளைகளுக்கோ
பேரப்பிள்ளைகளுக்கோ
பயன்படக்கூடுமென
பத்திரமாய்ச் சேகரிக்கின்றேன்
நீயெனக்கிடும் பெயர்களனைத்தையும்.

## Sumathy Rupan (Canada)
## Surpanakha

When my blood boils
you avoid me.

Smart!
My weakness and my strength
you judge accurately.

In the pangs of my period
enduring my pain,
my children, wild-eyed;
what did you tell them?

Joys now lost
a fragment of my life
ebbing away:
why do you not understand?
my soul crushed,
you never tried to embrace.

My virtues denied
between you and I
only mating connects;
your swelling manhood
spurts and subsides.
My body the target
helpless.

All the names you heap on me
I collect carefully
for my children and grandchildren
for their use.

சேர்த்துக்கொள்
பத்தினியையும். சூர்ப்பனகையையும்
உன் பட்டியலில்.

நல்ல "பொஞ்சாதி" கிடைக்கவில்லை
"பிழைவிட்டிட்டன்" என்றெல்லாம்
புலம்பித்திரிகின்றாயாம்.
என் யோனிக்குள்
உனைப் புதைத்து முயங்கிக் கிடக்கையில்
நிச்சயமாக நானுனக்குப் பத்தினிதான்.

கவனம்!
தீயாய் தகிக்குமுன் சொற்களில்
என்னிரெத்தம் கொதித்திருக்குமொருநாளில்
சூர்ப்பனையாகி
என் விரல்கொண்டு
உன்தலையை
நான் கொய்தெறியக் கூடும்.

Add to your list
two more names:
Pattini and Surpanakha.*

I did not get a "good wife",
I made a "mistake"
you seem to proclaim;
when you bury yourself
in my vagina,
surely, I am a Pattini.

Beware!
In the heat of your words,
my blood boils,
I just might turn into
Surpanakha
with my fingers
wrench your head off.

*Pattini is a devout wife. Surpanakha is an important character in *The Ramayana*, whose nose was cut off by Lakshmana, brother of Rama.

தமிழ்நதி (கனடா)

## ஒரு நாளும் இரண்டு அறைகளும்

ஒரு கவிதையை
வாசலிலேயே வழிமறித்து அனுப்பிவிடும்
குழந்தைகளின் கூச்சலற்ற விடுதி அறையில்
மெல்ல அவிழ்க்கிறேன் என்னை
இசைகலந்த தண்ணீர்
உடலையும் பாட அழைக்கிறது
மதுவின் நிறம்
பொன்னொளியாய்ச் சுடர
தொன்மத்தின் ஞாபகத்தில் ஏவாளுமாகிறேன்
ஒப்பனை களைந்து
நானாய் நாகரிகமடையும்போதில்
பாழடைந்த நகரமென உடல் புலம்புகிறது
சமீபத்திய தோழியின் வரிக்கிணங்க
நெடுநாளாய் தீண்டப்படாத மார்புகள்
கண்ணீர்த் துளிகளெனத் ததும்புகின்றன
நரம்புகள் இறுக்கிய கைகளைக்
காசுக்கு விட்டுக் கொடுத்தவளும்
காமமொரு பிறழ்நிலையென
ஊட்டப்பட்டவளுமான நான்
புனைவுகளை உடலுக்குப் பழக்குகிறேன்
அதிருப்தியுற்றுச் சாய்ந்து
கனவின் நூலேணி பற்றி
ஏறிக் கொண்டிருக்குமென்னை கீழிறக்குகிறது
தொலைபேசி வழி புகும்
நோயின் குரல்
உப்பிய வயிறு ஏறியிறங்க
உறங்கிக் கொண்டிருக்கும் அம்மாவினுள்
அளவெடுக்கப்பட்ட துளிகளாய்
இறங்கிக் கொண்டிருக்கிறது குருதி
மூத்திரவாடையடிக்கும் 401 ஆம் இலக்க
அறையைத்தாண்டிப் பிணவறை செல்கிறது
சற்றுமுன்பு வரை சாம்பசிவமாயிருந்தவரைச்
சுமந்துருளும் கட்டில்
“யாராலும் எழுதமுடியாத கவிதையை

## Tamilnathy (Canada)
## One Day and Two Rooms

A poem turned away;
no sound of children
in this hotel room,
I unravel myself
gently;
music with water
summon the body to song;
the color of spirits
glittering like gold
I remember the past
turn into Eve;
I adorn myself
become modern
the body protests
like a ruined city.
In the words of a friend,
my breasts untouched for years
tremble like tears.
My tense hand
yielding for money,
taught that lust
is forbidden
I teach my body
the fantasy of lust;
disheartened,
climbing on the thread of a dream,
I am pulled back
by the sound of a phone
the voice of sickness.
The distended stomach heaving,
into my sleeping mother
the blood enters
in measured drops.
Beyond number 401

டெட்டால் கலந்த காற்றில்
எழுதிக் கொண்டிருக்கிறது மரணம்” என்றெழுதுகையில்
பிரமிள் நினைவில்வருகிறார்.

that urine smelling room
the mortuary;
Until recently Sambasivam,
now dead on a wheeling bed;
"Death writes a poem
that none can write,
in the Dettol-filled air."
I scribble and
Pramil comes to mind.*

*A major modern Tamil poet, born in Sri Lanka, spent most of his life in Tamil Nadu, India.

தேவ அபிரா (நெதர்லாந்து)

## இரவின் பாடல்

மர்மங்களின் முடிச்சவிழ்க்கும் பெருந்தாடிக் கிழவனின் கைத்தடிபோல்
அறைச்சுவரில் தொங்கிக் கொண்டிருக்காமல்
நானின்றிறங்கி நகரத்தெருவுள் விழுந்தேன்.

அடர்ந்த கானகம் போலல்லாது
நகரம் எல்லோரையும் பார்த்துப் பல்லிளித்தது.

வாழ்வுச் சட்டியின் வெறுமைக்குள் வரண்டவர்கள்
வர்ணங்களின் மாயத்தில்
அகப்பட்டுச் சுழல்கின்றார்கள்.
உண்டியல்கள் உடைந்த கண்ணில் போதையின் கோணல்...

இரண்டாம் சாமத்தின் கண்ணாடிச் சாளரத்தினூடு
அடக்க முடியாத விரகத்தில் எரியும் கண்கள் படையெடுக்கின்றன.
நெளிந்து நசிகிறது பெண்மை.

புட்டிகளும் கிண்ணங்களும் வெறுமையாகும் மதுச்சாலைத் தரையில்
நிலக்கடலைக்கோது நெரிபடுகிறது.
எள்ளிலும் சிறிய எண்ணங்களின்விகசிப்பில்
சொல் விளம்புமோ மது?
செல்லப்பிராணிகள் பற்றியும்
விலையுயர்ந்த காலணியை அணியக் கூடிய விருந்துகள் பற்றியும்
அவர்கள் நறநறக்கும்ஒலியில்
நள்ளிரவுத்தேவாலய மணி அறுந்து போகிறது.

சில நூறு ஆண்டுகளின் முன்பு
எமதுகிராமங்களில் அள்ளி வந்த
பொற்கழஞ்சுகள் சிதறச் சிதற
சீமான்களும் சீமாட்டிகளும் ஆடிய நடனத்தின் ஒலி இன்னும்
அடங்காது திரிகிறது.
நானோ
கனவுகள் வெடித்த காலக்கிழவியின் நெற்றியெனக் கற்கள் நெருங்கி
புல்லும் கருக மருந்தடித்த இரவு வீதியில்
திமிறிக்கிடந்த வரலாற்று வேர்களில் தடக்கி

Theva Abira (Netherlands)

## Night Song

Unwilling to remain,
a walking stick on the wall,
prop to a long-bearded man
unraveling mysteries,
I step outside,
into the city street.

Unlike a dense forest
the city grins at everyone.

Those who scraped the bottom
of life's barrel
now swirl
trapped in the lure of the lights;
eyes blurred with empty wallets.

Through midnight's windows
eyes march with overpowering lust;
women squirm and twist.

Bottles and glasses
strewn on the floor of pubs,
peanut shells crushed under foot.
Tiny thoughts proliferate;
the language of booze
about pets
feasts and expensive shoes,
their chatter
drowns the midnight bell.

Coins of gold
stolen from our villages
some centuries ago,
scattering as the lords and ladies danced;

புலத்தைப் பாடும் துருக்கிக்காரன் இரவுப்பாட்டில்
சில்லறையென விழுந்தேன்.
இலையுதிர்காலத்தின் மழை நகரத்தை மூடுகையில்
விசும்பின் தொன்மையின் கீழ்
நானும் அவனும் தனித்து நடுங்கிக்கொண்டிருந்தோம்...

the incessant sound still remains.
I, on these graveled and weed-free streets,
dreams exploded by time,
stumbling on the roots of history,
in the night song of the Turkish minstrel
fall like coins.
As the autumn night smothers the city
in that wide expanse
he and I
shiver in solitude.

தர்மினி (பிரான்ஸ்)

## முத்தக்காடு

அவனிடம்
ஒரேயொரு முத்தந் தரக் கேட்டபோது–அது
அவளைச் சிலிர்க்க வைக்கும் வசனமாயிருந்தது.
தவித்துப் புரளும் அலைகளை
உதடுகள் உணர வைத்தது.
விரிந்து சென்ற கனவுகள் ஊடாக
கவிதைகளை எழுதித்தந்தது.
'ஒரேயொரு முத்தமென்ற' வாக்கியத்தை
உலக அன்புப் பிரதி என்று மொழிந்தாள்.
காத்துக்களைத்து
மெதுமெதுவாக எழுத்துக்களாக
உதிர்ந்தது வசனம்.
முடிவிலது
வெறுமையை ஒரு நாள் விட்டுச் செல்கையிலே
அதுவொரு
குறுங்கவிதையாகவோ
சிறுகனவாகவோ போகட்டுமே என்றான்.
அவளுடலோ முத்தக் காடாய்க் கிடந்தது.

## Tharmini (France)
## Field of Kisses

She asked him for
just one kiss
her body melting in those words.
Breaking waves
now on her lips.
Dreams expanding into
poems.
"Just one kiss" now a mantra
of pervasive love;
tired of waiting
slowly the sentence
shed its words;
finally, leaving her
with a void, he said,
let this become a poem or
a small dream;
her body now
a desolate field of kisses.

தவ சஜிதரன் (இங்கிலாந்து)

## உனக்கானதும் மழைகுறித்ததுமான கவிதை

வானின் நிசப்தம் கிழித்து
'சோ'வென்று பெய்த மழை ஓய்ந்தாச்சு
பச்சை இலைகளில் குடிபுகுந்துள்ள
புள்ளித் துளிகளுக்குள்
புதைந்திருக்க வேணும்
மழைகொணர்ந்து சேர்ப்பித்த அந்த மௌனம்

தேங்கிக் கிடந்து தியானம் புரிந்த நீர்
வடிந்து தீர
மீந்து போன நிலத்திட்டுக்களெங்கும்
உன்னைக் குறித்த ஓவியக் கோடுகள்

கனவின் வர்ணங்களால் நிறைக்கப்பட்ட
உனது புன்னகை:
சூழும் வளி அமிழ்தம் சுமக்க
நீ பேசிய வார்த்தைகள்
இத்தனையும் நிலத்தில் எழுதி
நிறுவிப் போயிருந்தது மழை
தானும் ஓவியனென

Thava Sajitharan (England)

## A Poem for You and the Rain

The roaring rain
shattering the silence of the night
now peters out.

The droplets seeking shelter
in green leaves
hold the silence
brought by the rain.

The still droplets in
thoughtful solitude
now drip down;
the ridges everywhere
mark your presence.

Your smile
in the colors of a dream;
nectar in the wind,
your words
drawn on the ground
by the rain.

The rain too
claims to be an artist.

திருமாவளவன் (கனடா)

## எறும்புகள் – சிறு குறிப்பு

எறும்புகளின் வாழ்வு
எளிதல்ல
தினமும் தன் வயிற்றுக்காய் நெடுந்தூரம் நடக்கிறது
நாள் முழுவதும் அலைகிறது
வியர்வை ஒழுக ஓடியோடி உழைக்கின்றது
பேரழிவிலிருந்து
தன் சந்ததியைப் பேண பேரச்சம் கொள்கிறது
மேலும்
ஒவ்வொரு எறும்புக் கூட்டமும் ஒவ்வொரு ஊர்
மனிதர்களைப் போல்
எறும்பூர்கள் இரண்டு மோதுவதில்லை என்பது முரண்தான்
இருந்தாலும்
தனதினத்துக்கு வரும் இடர்ப்போதுகளில்
நீண்ட வரிசைகளில் மூட்டை முடிச்சுகளோடு
ஊர் ஊராய் அலைகிறது
அவை நடக்கிற போதில் கால்களின் வழி
துயர் வழிகிறது
ஒன்றையொன்று சந்திக்கும் தருணங்களில்
ஒரு கணம் நின்று
துக்கங்கெளவ விசாரிப்புகளைப் பரிமாறிக் கொள்கின்றன
ஒதுங்க இடங்களற்று கற்களின் கீழும்
மர இடுக்குகளிடையேயும் தங்கிச் சீரழிகிறது
பெரும் படையெடுப்புகளென
திடீரென எழும் தீயிலும்
மற்றும் வெள்ளப் பெருக்குகளிலும்
அவற்றின் ஊர்கள் சின்னாபின்னப்பட்டு விடுகிறது
ஆயிரக்கணக்கில் கொல்லப்பட்டவை போக
எஞ்சியவை
தலைதெறிக்கச் சிதறி ஓடுகின்றன
அகப்பட்ட பொருட்களிலே தொற்றி
நெடுந்தூரம் மிதந்து
புலம் பெயர்ந்து விடுகிறது
பின்னர்
தொடரும் பிறிதொரு அலைவு

## Thirumavalavan (Canada)
### Ants

Their lives
are not easy;

every day they travel
long distances, seeking food;
drenched in sweat, they labor,
terrified, seek to preserve their own;
each group of ants resembling
people from different villages.
It is true
there is conflict, but
when their kind is threatened
in long lines, carrying their load
from one place to another
they move;
from their feet
drips their sorrow;
when they meet each other,
they stop to share their grief;
no place to seek refuge
under rocks and in stumps
they endure.
In fires and floods
that rise like invasions
their homes shatter;
when thousands get killed
the rest disperse
cling to whatever possible,
float long distances
migrate;
later
another dispersal follows.

புகலிட வாழ்வும் எளிதல்ல
எறும்புக்கும்

Exile is not easy,
even for ants.

இளவாலை விஜயேந்திரன் (நோர்வே)

## காணாதுபோன சிறுவர்கள்

ஆலமரமிருக்கும்
கீழோ ஊஞ்சல்
ஆடிக் களிக்கவென
நீள விழுதிருக்கும்.
சுற்று அப்பால்
பொன்னொச்சி பூத்துச்
சிரித்திருக்கும்.
கிழக்காய்
மாரி மழை நடுவில்
ஊற்றெடுத்துப் பரந்துபடும்
குளமிருக்கும்.
கட்டைப் பனைமரத்தைக்
கப்பலாக்கிக்
காலத்துடுப்பில் நீர்கடக்கும்
சிறுவர்களை மட்டும்
காணேன்.

பலகாலம் குண்டெறிந்தும்
தலைகுனியப்
பனைமரத்தின் மீதேறிப்
'பால்' கறக்கும்
முதியவரைக் கேட்டேன்.
"காசு வயல் கதிரறுக்கக்
கனடா போய்ச் சேர்ந்தார்கள்"
என்றார் கவலையுடன்.

## Ilavalai Wijayendran (Norway)
## Missing Children

The spreading Banyan tree
its roots below,
a swing to play;
just beyond
a yellow flower laughs;
to the left expands
a rain-filled
lake.
From a Palmyrah stump
the children carve a boat
to paddle across –
where are they?

I asked an elder
who climbs the Palmyrah tree -
still upright
defying years of onslaught -
to drink its "milk";
"They have gone to Canada
to harvest fields of cash"
he replied sadly.

வாசுதேவன் (பிரான்ஸ்)

## பலஸ்தீனப் பாதை.

அறுவடை முடிந்து அடுத்த வசந்தம் வரையும்
அநாதையாகிய கோதுமை வயல் வெளிகளைத்தாண்டி,
எவரும் பயணிக்காத ஏகாந்தப் பாதைகளுடனும்
இலைகளையுதிர்த்த நெட்டை நெடு மரங்களுடனும்
உரையாடிக்கொண்டே,

நீள் கோடாய் கிழக்கே நோக்கி
விரைகிறது தண்டவாளம்.

இருள்தரும் இதம்போல்
இதந்தருகிறது குளிர்காலத்தை
அண்மிக்கும் இலையுதிர்காலம்.

புகார் மண்டி அலையற்று கரையோர
மொட்டை மரங்களின் துயரத்தை விம்பித்துத்
துயில் கொள்ளும் மார்ன் நதிக்
கரையில் ஆரம்பித்து வியாபிக்கின்றது
அன்றைய நாள் அராலி வெளி.

மனங்கொள்ளும் காலங்களுக்கும் மதிகொள்ளும்
காலத்திற்குமான எல்லைகள் மயக்கமுற்றுத்
தெளிவிழந்து போன இருப்பில் இடங்களும் கலைகின்றன.

பட்டுப்போன ஒரு பூவரசைச் சுற்றி வட்டமிடுகின்றன
வான் கோவின் ஓவியத்திலிருந்து
புறப்பட்ட காகங்கள்.

இடம் பிறழ்ந்து எழுந்து மார்ன் நதிக் கரையில்
இன்று வியாபிக்கும் அன்றைய அராலி வெளியில்
அகாலமாய் தோற்றங்கொள்ளும் ஒற்றைப்பனையின்
அடியில் கள்ளுண்டவாறே மொஸாட்
'றெக்கியுயம்' இசை தொகுத்துக்கொண்டிருக்கிறான்.

## Vasudevan (France)
## The Road to Palestine

Past the harvested fields of wheat
destitute until next spring,
chatting with unused,
lovely pathways and
tall trees, now bare,

a long straight line eastward
the track runs.

Autumn, prelude to winter,
offers comfort
like the solace of night.

Smothered in fog
the banks invisible,
listening to the grief
of denuded trees
the Marne river sleeps;
from its shores
expand the plains of *Araali.**

Between the expanses of the mind and
the landscapes of the heart
the boundaries blur
homesteads dissolve.

Crows taking wing
from Van Gogh's painting
now circle the Portia Tree.

On the shores of the Marne river
now the *Araali* plains, and
at the foot of a misplaced
Palmyrah tree

என் இலையுதிர் காலத்தினூடாக
மூளைக்குள் முடிவற்று ஓடிக்கொண்டிருக்கும்
ஒரு தண்டவாளத்தில் நான் என் பலஸ்தீனத்திற்குப்
பயணப்பட்டுக்கொண்டிருக்கிறேன்.

Mozart composes his Requiem
Drinking toddy.

In the autumn of my life
an unceasing track,
I journey
to my Palestine.

*A village in the North of Sri Lanka

விநோதினி (அமெரிக்கா)

## முகமூடி செய்பவள்

அவளது வீட்டின் சுவர்களெங்கும்
அவள் செய்யும் முகங்கள்.

தனது
குருதியிலொரு துளி
மூச்சின் ஒற்றைத் துணுக்கு
மூப்புறுந் தசைத்திரள் சிறிது சேர்த்து
முகங்கள் செய்கிறாள்.

நடு நிசியில் பகலின் வெளிச்சத்தில்
எனது ஊரில்
எங்கோ ஒரு உயிர் இறக்கையிலும்
மற்றொன்று பிறக்கையிலும்
யாரோ ஒருவர் கொல்லப்படுகையில்
கேள்வி கேட்கும் உரிமை தொலைத்து
அவர்கள் தலைகள் தாழ்கையில்
அவள் முகங்கள் செய்கிறாள்

ஒரு பெண்ணின் காதல் மறுக்கப்படுகையில்
அவள் பலவந்தமாக இச்சிக்கப்படும் பொழுதுகளில்
குழந்தைகள் பயந்து அழ மறக்கையில்
வெடிச்சத்தங்கள் பறவைகளின் கூடுகளை உலுப்புகையில்
காரணமேதுமற்றுக் கடத்தப்பட்டவன்
தன் வாழ்வு பற்றி அச்சமுறுகையில்
வீடொன்று ஆளற்றுத் தனிக்கையில்
கிராமமொன்று கைவிடப்படுகையில்
அங்கே நாயொன்று
உணவின்றி அலைந்து உயிர்விடுங் கணத்தில்
பாலும் தேனுங் குடிக்கும் எமது கடவுளர்
இல்லை எனத் திட்டப்படுகையில்
அவள் முகங்கள் செய்கிறாள்

முகங்களின் மூச்சும்
மூடாத கண்களின் பார்வையும்

Vinothini (U.S.A)

## The Mask Maker

On the walls of her house hang,
masks she made.

A drop of her blood,
fragment of her breath,
a bit of her flesh
become a mask.

Midday at high noon
in my village,
when someone dies
and another is born,
when someone is killed
when heads are bowed,
denied the right to ask,
she makes her masks.

When a girl's love is denied,
when she is violated
when children, terrified
fail to cry, and
shells shake the nests of birds;
when someone, innocent
abducted, fears for his life;
a house abandoned,
a village deserted, there
a roaming dog, dies of hunger,
when one is convinced
gods fed on milk and honey
do not exist,
she makes her masks.

Deceived into thinking
the breath of masks, the

குழந்தைகளது என ஏமாந்து
அவள் உயிரூட்டும் முகங்கள் எப்படியோ
அவளது கனவுகளைக் களவாடிவிடுகின்றன அவ்வப்போது.

gaze of unblinking eyes,
belong to children,
the masks she creates
steal her dreams.
Sometimes.

# Translators' Notes

**ANUSHIYA RAMASWAMY** is a Sri Lankan Tamil of Indian origin, who grew up in Colombo, Sri Lanka. She did her MA in India followed by PhD from the University of Nevada, Reno. Anushiya is currently a Professor of English at Southern Illinois University Edwardsville. Her work has appeared in *World Literature Today*, *Callaloo*, and her translation of *Gorilla*, a novel by the Sri Lankan Tamil writer Shobasakthi was followed by another translation, *Traitor* by the same author. She has also translated a collection of poetry by N.D. Rajkumar, *Give Us This Day a Feast of Flesh*.

**MAITHILI THAYANITHY** was born in Uduvil, Sri Lanka and received her degrees in BA and MA in Sanskrit from the University of Jaffna, MBA from the University of Sri Jayawardenapura, and PhD in Religion and South Asian Studies from the University of Toronto. Her research and scholarly interests lie in Tamil Saivism, Tamil Siddha tradition, Indian epics and Indian erotic literature. She is an independent scholar based in Toronto and writes short fiction in her spare time.

**M.L.THANGAPPA** was born in Tirunelveli, Tamil Nadu and taught Tamil for over twenty-five years in the various colleges of Puduchery government until his retirement in 1994. He has published a number of books of poetry and essays in Tamil and has translated Tamil Sangam poetry into English. He was awarded the Bharatidasan Award (1991), Sirpi Literary Award (2007) and for his Sangam poetry translation entitled *"Love Stands Alone"* Mr. Thangappa won the Sahitya Akademi Prize (2012).

# Editor

Chelva Kanaganayakam is Professor, Department of English, University of Toronto. His publications include *Counterrealism and Indo-Anglian Fiction (2002)*, *Dark Antonyms and Paradise: The Poetry of Rienzi Crusz (1997)*, *Configurations of Exile: South Asian Writers and Their World (1995)*, and *Structures of Negation: The Writings of Zulfikar Ghose (1993)*. He has edited *Arbiters of a National Imaginary: Essays on Sri Lanka (2008)*, *Moveable Margins: The Shifting Spaces of Canadian Literature (2005)*, and *Lutesong and Lament: Tamil Writing from Sri Lanka (2001)*. Translations include *You Cannot Turn Away (poetry, 2011)*, *Wilting Laughter: Three Tamil Poets (2009)*, and *Ritual (novel, 2011)*.

# Contributors' Notes

## SRI LANKA

**ALARI** (Abdul Latif Mohammad Ribaz) lives in Maruthamunai. His poetry collections are: *Poomikkadiyil Vaanam (2005), Paravai Pol Sirakadikkum Kadal (2006),* and *Ellaa Pookkalum Uthirnthuvidum (2008).* He has a degree in Law and Public Health.

**AHILAN PACKIYANATHAN** started writing poems in the 90s, and has published two collections titled *Pathunkukuzhi Naatkal (2001),* and *Saramakavikal (2011).* He has an MA in Fine Arts (Art Criticism) from the M.S University of Baroda and teaches Art History at the University of Jaffna. He is also co-editor of *Reading Sri Lankan Society and Culture* (in Tamil) – Volumes 2 and 3.

**ANAR** (Issath Rehana Mohamed Azeem) of Sainthamaruthu in the Eastern Province of Sri Lanka, has published three collections of poems *Oviyam Varaiyaatha Thoorikai (2004), Enakku Kavithai Mukam (2007),* and *Udal Pachchai Vaanam (2009)* and a new forthcoming collection in 2013 from Kalachuvadu. She has received a number of awards for poetry including the National Literary Award in 2005 and the Tamil Literary Garden (Canada) award in 2011.

**OTTAMAVADI ARAFAT** (1970) was born in Ottamavadi in Sri Lanka. He has published two poetry collections, *Eri Neruppilirunthu (1997), Vettaikkuppin (2004)* and two collections of short stories. He is also an essayist and has received many literary awards. He works for an NGO in Colombo.

**CHANDRA BOSE SUDHAKAR** (1975) born in Vavuniya, Sri Lanka was a journalist, poet and essayist. He was the editor of literary magazine *Nilam* and his poems were published in reputed literary journals in India and in Sri Lanka. He was shot dead by armed men in his house in 2007.

**FAHEEMA JAHAAN** was born in Melsiripuram in the Kurunegala district, Sri Lanka. A teacher by profession, she has been writing poetry from the mid 1990s. Her poetry collections include *Oru Kadal Neerootri (2007), Aparaathi (2009),* and *Aathi Thuyar (2010).*

**S. KARUNAKARAN** (1963) was born in Iyakachi in Northern Sri Lanka. He is a creative writer and edited a literary monthly called *Velicham*. He has published four anthologies, *Oru Pozhuthukku Kaathirutthal (1999), Payaniyin Nihalkaala Kurippukal (2003), Paliyaadu (2009),* and *Ethuvumalla Ethuvum (2010).*

**A.M. KURSHITH** (Abdul Majeed Kurshith 1976) was born in Maruthamunai, Eastern Sri Lanka. He is a poet, critic and short story writer. His poetry collection *Visiththirangalaal Niramoottappatta Ulaku* was published in 2012. He lives in Maruthamunai, Sri Lanka.

**MAJEED** (Abdul Majeed 1969) was born in Akkaraipattu, in the Eastern province of Sri Lanka. His poetry collections include *Eruveyil (1997), Vaazhvin Meethaana Eliya Paadalkal (2000), Oru Ilaiyin Maranam (2006),* and *Puli Paainthapothu Iravukal Kodaiyil Alainthana (2008).* He is an assistant librarian in Akkaraipattu.

**MU.PONNAMBALAM** (Murugesu Ponnambalam 1939) was born in Sri Lanka's northern city of Jaffna-Pungudutivu. His first collection of poetry was published in 1968. He won the Colombo North Eastern Province Literary Award in 1997 for his first collection of short stories, *Kadalum Karaiyum*. In 1999, he won the State Literary Award for his first novel, *Noyil Iruththal*. His recent work in English *'A Country Entrapped,'* a collection of poems, was published in 2007.

**NAFEEL** (Nafeel Umarkathab Mohamed 1967) was born in Sri Lanka. He has published two poetry collections *Kaalamillaak Kaalam (2009),* and *Ethuvum Pesaatha Mazhai Naal*. He is a part time radio announcer and recipient of many awards. He has won the Sahitya Academy award for Eastern province of Sri Lanka.

**NILLANTHAN** was born in Jaffna, Sri Lanka. His publications are: *Manpattinankal, Vanni Maanmiyam, Yaazhppaaname O Enathu Yaazhppaaname,* and *Ini Enathu Naatkale Varum*. His collection of poems *Yukapuraanam* won the Tamil Literary Garden (Canada) poetry award for 2012. He is also a critic, cartoonist and essayist.

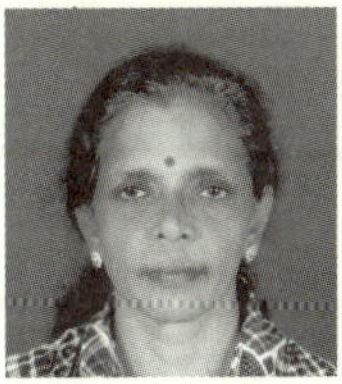

**OORVASI** (Jhuvaneswari Arutpragasam 1956) was born in Jaffna, Sri Lanka. She holds a degree from the University of Jaffna in Mathematics and Science and is the Vice President of Batticaloa National College of Education. Her poetry has been included in a number of significant anthologies.

**M. RISHAN SHAREEF** is a poet, translator, actor and media person. He has a degree in Earth Resource Engineering and his collection of poems *Veezhthalin Nizhal* was published in 2010. *Ammaavin Rakasiyam,* his translated novel, won the Sahitya Academy award for best translation in 2011. He has also published a collection of translated poems entitled *Thalaipatra Thaaynilam (2012).*

**SHANMUGAM SIVALINGAM (1939)** was born in Pandiruppu, in the Eastern Province of Sri Lanka. He took a degree in science from Kerala, and served for many years as a teacher and principal. He is a major Sri Lankan poet and short-story writer. A collection of his most important poems was published in 1988 under the title *Neer Valaiyangal.* His second collection of poems *Sithainthupona Thesamum Thoornthupona Manakkukaiyum* was published in 2010.

**N. SATHIYABALAN** was born in Nallur, in Jaffna, Sri Lanka. He is an English teacher by profession and began writing in the 80s. He is a poet, essayist, translator and short story writer. His poetry collection is *Ippadiyaayittru Nuuttriyoraavathu Thadavaiyum.*

**S. SIVASEGARAM** was born in Inuvil, Jaffna. He was a professor of Mechanical Engineering at the University of Peradeniya, Sri Lanka, and is recently retired. He is a poet and critic as well as an essayist and a translator. He has published several collections of poems, including *Nathikkarai Moongil (1983), Seppanitta Padimangal (1988), Devi Ezhunthal (1989), Ekalaiva Poomi (1995), Porin Muhangal (1996),* and *Vadali (1999).* A collection of his poems in English translation titled *About Another Matter* was published in 2004.

**SITHTHANTHAN** (Sapapathi Uthayanan 1977) was born in Kondavil, Jaffna in Sri Lanka. He has published two collections *Kaalaththin Punnakai (2000),* and *Thuraththum Nizhalkalin Yukam.* He is also the editor of a poetry magazine *Marupaathi.*

**SOLAIKKILI** (Uthumalebbe Mohammed Atheek) was born in Kalmunai in the Eastern Province of Sri Lanka. He has published eight collections of poetry, among which, *Kaakam Kalaittha Kanavu (1991), Paampu Narambu Manithan (1995),* and *Paniyil Mozhi Ezhuthi (1996)* have won awards. His most recent collection *Avanam (2011)* is a complete collection of all his poems. His poems have been translated into Sinhala, Kannada, English and German.

**UMA VARATHARAJAN** (Udaiyappa Manickam Varatharajan) was born in 1956 in Pandiruppu in the Eastern Province of Sri Lanka. Besides being a short story writer, he has edited a literary magazine titled *Viyuukam.* He has published a short story titled *Ulmana Yaaththirai (1988)* which won the Mandala award. A collection of his stories including those written since 1988 titled *Uma Varatharajan Kathaikal (2011),* and a novel titled *Moonraam Siluvai (2009)* have also been published. His short stories have been translated into English, German and Sinhala.

**S. VILVARATNAM** was born in Pungudutivu in the Northern Province of Sri Lanka. He began writing in the 1970s, and came into prominence in the 1980s. His collections of poetry include *Akangalum Mukangalum (1985), Kattruveli Kiraamam (1995), Nettriman (2000),* and his collected works, *Uyirthezhum Kaalathirkkaaga (2001).*

## INDIA

**ABI** (Habibullah 1942) was born in Bodinayakkanur, Southern India. He has 3 collections, *Mounaththin Naavukal, Anthara Nadai* and *Enra Onru*. His complete collection of poetry *Abi Kavithaikal* was published in 2003. He was a professor of Tamil Literature and now lives in Chennai.

**DEVADEVAN** (Pichumani Kaivalliam) was born in Tuticorin, Southern India. His first collection is *Kuliththu Karaiyeraatha Kopiyarkal* and he has over 20 collections to his credit. His collected poems are published under the title *Thevathevan Kavithaikal.*

**DEVATHACHAN** (Arumukam 1952) was born in Kovilpatti. His first poetry collection *Avaravar Kaimanal* was in collaboration with Anand. It was followed by *Aththuvaana Velai, Yaarumatra Nizhal.* His entire collection was published under the title *Kadaisi Dinosaur*. He received the Tamil Literary Garden (Canada) poetry award in 2011 for *Irandu Sooriyan*.

**GNANAKOOTHAN** (Ranganathan 1938) was born in Thiruinthaloor, Southern India and started writing poetry from late 1960s. He has made significant contribution to modern Tamil poetry. His poetry collection includes *Anru Veru Kizhamai (1973), Sooriyanin Pinpakkam (1980), Kadarkaraiyil Sila Marangal (1983), Meendum Avarkal (1990),* and *Pensil Padangal (2002)*. His complete collection of poetry, *Gnanakoothanin Kavithaikal* was published in 2008. He lives in Chennai.

**ILANGO KRISHNAN** (Ilankovan) was born in 1979. He has published two collections: *Kaaya Sandikai,* and *Padchiyin Saritham*. He is an Income Tax advisor and lives in Coimbatore.

**ISAI** (A. Sathiyamurthi 1977) lives in Irukur, Coimbatore. He has published three collections: *Kaatru Kothum Vannaththup Poochchi, Urumeenkalatra Nathi,* and *Sivaaji Ganesanin Muththangal*. He is a pharmacist in a government hospital.

**KALAPRIA** (T.K. Somasundaram1950) began writing in the seventies and still continues to write. He has published several volumes including *Vellam, TheerththaYaaththirai, Matraange, Suyamvaram, Anichcham,* and *Vanam Pukuthal*. He is a prolific writer of modern Tamil poetry. His complete collection has also been published under the title *Kalapria Thokuthikal.*

**KALYANJI** (Kalyanasundaram, 1946) was born in Trirunelveli, Southern India. He also writes fiction and nonfiction under the pen name Vannadasan. His notable poetry collections are *Pulari (1982), Munpin, Anniyamatra Nathi, Nilaa Paarththal,* and *Manal Ulla Aaru*. His complete collection of poems has been published three times under the title *Kalyanji Kavithaikal*.

**KUTTY REVATHI** (1974) holds a degree in Siddha medicine and is also a social activist. Seven poetry collections have been published by her including *Poonaiyaip Pol Alaiyum Velichcham, Mulaikal, Udalin Kathavu, Thanimaiyin Aayiram Irakkaikal, Yaanumitta Thee,* and *Matha Yaanai*.

**LEENA MANIMEKALAI** is a poet, filmmaker and social activist. She has four collections of poetry: *Otraiyilaiyena (2004)*, *Ulakin Azhakiya Muthal Pen (2008)*, *Paraththaiyarul Raani (2011)*, and *Antharakkanni (2013)*. She won the Tamil Literary Garden (Canada) award for poetry in 2008. She has made films on caste system, gender, globalization in Indian society and the state of human rights in Sri Lanka and her films have won several awards. Leena has also won EU Fellowship and the Commonwealth Award.

**LIBI ARANYA** (Saravanan 1971) is a teacher by profession and has published two poetry collections: T*happukiravanin Paadal*, and *Upari Vadaikalin Naharam*. He lives in Madurai.

**MALATHI MAITHRI** (1968) was born in Puduchery. She has four collections *Sankaraaparani*, *Neerinri Amaiyaathu Ulaku*, *Neeli*, and *Enathu Mathukkuduvai*. She has published essays dealing with gender politics and feminism. Her poems have been translated in many languages and have received many awards. She is also a human rights activist and lives in Delhi.

**MANUSHYA PUTHIRAN** (S. Abdul Hameed 1967) was born in Thuvarankurichi, Trichy. He began writing in the 1980s and has now about nine collections to his credit including *Idamum Iruppum*, *Neeraalaanathu*, *Manalin Kathai*, *Kadavuludan Piraarthiththal*, and *Pasiththa Pozhuthu*. He is the editor of *Uyirmai* magazine. He won the Tamil Literary Garden (Canada) poetry award for 2010 for the collection *Atheethaththin Rusi*.

**MUKUNTH NAGARAJAN** (1973) was born in Chennai, India. He has published two collections of poetry: *Oru Iravil 21 Sendimeeddar Mazhai Peythathu,* and *Krishnan Nizhal.* He is an IT professional and lives in Bengaluru.

**PERUNDEVI** (Perundevi Srinivasan) is an Assistant Professor of Religious Studies in Siena College in Loudonville, New York State. Her field of research engages cultural anthropology, religious studies and women's studies. She has published three collections of poems, *Theeyuraith Thookkam (1997), Ikkadal Ichchuvai (2006),* and *Uloka Rusi (2010).* She is also an essayist and a translator.

**RAJA SUNDARARAJAN** (1952) began writing poetry in the 1970s. He has two collections *Uyirmeedchi,* and *Muka Veethi*; the second includes the poems from the first collection. He is a retired engineer and lives in Chennai.

**N.D. RAJKUMAR** (1968) was born in Nagercoil. He has five collections to his credit: *Odakku, Raththa Santhap Paavai, Kaattaalan, Kal Viakkukal,* and *Pathaneer Pongum Nilaa Velichcham.* Besides being a poet, he is a translator, actor, and a trained *carnatic* musician.

**H.G. RAZOOL** (1959) was born in Kanyakumari. *Janakanamana, En Sirakukal Vaan Veliyil, Pooddiya Arai, Mailaanji,* and *Ummaa Karuvandaai Paranthu Ponaal* are his collections. Besides poetry, he also writes critical essays and research books.

**SALMA** (Rajathi Rokkaiah 1968) was born in Thuvarnkurichi in Trichy. She has two collections *Oru Maalaiyum Innoru Maalaiyum,* and *Pachchai Thevathai.* She has also written a novel and short fiction. She has held various positions in the Municipality and in the Civil Service and now lives in Chennai.

**SANKARARAMA SUBRAMANIAN** (1975) was born in Thirunelveli. He is a poet, essayist and translator. His poetry collections include *Mithakkum Irukkaikalin Nakaram, Kaakankal Vantha Veyil,* and *Raani Enru Thannaiyariyaatha Raani.* He is attached to the media and now lives in Chennai.

**SUKIRTHARANI** (1973) is a prominent poet in Tami and has a degree in Tamil and English literature. She has published five collections: *Kaippatri En Kanavu Kel, Iravu Mirukam, Avalai Mozhipeyarththal, Theendappadaatha Muththam,* and *Kaamaththi Poo.* She has won many Literary awards for her poetry. She is a school teacher in Ranipet, Vellore.

**SUKUMARAN** (1957) was born in Coimbatore, India. He is a poet, translator, media person and also the editor of *Kalachuvadu.* His collections include *Kodaikkaala Kurippukal, Payaniyin Sangeethangal, Silaikalin Kaalam, Vaazhnilam,* and *Neerukku Kathavukal Illai.* His entire collection is published under the title *Poomiyai Vaasikkum Sirumi.* He won the Tamil Literary Garden (Canada) award for this collection in 2009.

**VIKRAMATITYEN** (Nambirajan, 1947) was born in Tirunelveli and still lives there. He is a poet, journalist and an occasional actor. His poetry collection includes *Aakaasam Neela Niram, Uurunkaalam, Ulvaangum Ulakam, Thiru Uththarakoasa Mankai, Ezhuththu Sol Porul, Aathi, Kal Thoongum Neram* and *Sekar Cycle Shop.* His complete collection of poems is published under the title *Vikramatityen Kavithaikal.*

**YUMA VASUKI** (Marimuthu 1966) has a degree in Fine Arts and is a translator and journalist. He has also written several short stories and a novel. His collections include: *Unakkum Ungalukkum, Thozhamai Irul, Amutha Paruvam Valampuriyaai Ananththathoru Sangu,* and *Iravukalin Nizharpadam.* He lives in Chennai.

**M. YUVAN** (R. Chandrasekaran 1961) was born in Karattupatti, Madurai. *Otrai Ulakam, Veroru Kaalam, Pukai Suvarukku Appaal,* and *Kai Marathiyaai Vaiththa Naal* are among his publications. He also writes short stories and novels under the pen name Yuvan Chandrasekar. He now lives in Chennai.

## SINGAPORE

**LATHA** (Kanagalatha) has published two collections *Theeveli (2003),* and *Paampuk Kaattil Oru Thaazhai (2004).* She also has a short story collection *Naan Kolai Seyyum Penkal* to her credit which won a literary award in Singapore. Her works have been included in various bilingual anthologies in different countries and translated into English, German and French. She is the editor of Singapore's Tamil daily newspaper.

**MATHANGI** was born in Bengaluru in India and now lives in Singapore. She holds a degree in Chemistry and has published one poetry collection *Naalai Piranthu Inru Vanthaval (2008),* and two short story collections. Her poems have been published in reputed literary magazines and added in the curriculum for college students in Singapore. She is a recipient of many literary awards.

**NEPOLIAN** (Deva Kumar 1971) is a civil engineer and lives in Singapore. His collection of poems *Naanum En Karuppuk Kuthiraiyum* was published in 2002. He has written songs for Tamil films in Singapore and in India. He is also a music composer, actor, choreographer, and short film maker. He has won literary awards for his poetry in Singapore.

## MALAYSIA

**POONGUZHALI VEERAN** was born in Selama in Malaysia. She has three collections *Uyir Vettai (2006), PommaikaL Kooda Pesikkondirukkalaam (2013),* and *Nikazhthalum Nikazhthal Nimiththamum (2013).* She has a degree in Indian Studies and is in charge of children's education plan with an NGO. She is one of the editors for literary magazines *Semparuththi & Ilanthalir.* She is also a part time Tamil newsreader in Malaysian radio.

**RENUGA** (Siva Periannan) was born in the state of Kedah in Malaysia. He now lives in Kuala Lumpur and is working as an officer in the Malaysian Civil Service. His poems have been published in the e-magazine *Vallinam.* His first collection of poems *Ennai Naayenru Kuupidungal was published 2012.*

**THOZI** (Lakshmi) lives in Malaysia and started writing after 2000. Her poems have appeared in various literary magazines in Malaysia including *Kaathal* and *Vallinam*. She is one of the managers in the Malaysian music company *Aki*.

## DIASPORA

**Ki.Pi. ARAVINTHAN** (Christopher Francis) was born in Delft, one of the several islands off Jaffna in Sri Lanka and migrated to Paris in 1991. He edited a quarterly literary magazine called *Mounam* in Paris for several years. He has published three collections of poems: *Ini Oru Vaikarai (1991)*, *Mukam Kol (1992)*, and *Kanavin Meethi (1999)*. He is a short fiction writer as well and in the past five years edited the web journals *Appaalthamil* and *Puthinappalakai*.

**AVVAI** was born in Colombo, Sri Lanka. She has a degree in science and education and was a teacher of chemistry. Besides writing poems she has staged about nine plays centred on feminism. She is also a trained *carnatic* musician. Her poetry collection was published under the title *Ellai Kadaththal* in 1994 and she now lives in Canada.

**AAZHIYAAL** (Mathubashini 1968) was born in Trincomalee, Sri Lanka. She holds a Master's degree in English Literature and her first poetry collection was published under the title *Uraththup Pesa (2000)*. Her next one is entitled *Thuvitham* (2006) and the third collection *Karunaavu* will be coming out soon. She is employed in Commercial Management in Australia.

**T. BALAKANESAN** (1963) was born in Pungudutivu in Northern Sri Lanka. He has a passion for both literature and theatre. He has two poetry collections *Varnankal Karaintha Veli*, and *Pan Udainthupona Kadalaal (2010)*. He has also written several plays including *Nilavaith thedi*, *Theekkulippu*, and a novel *Vidivirku Munthiya Maranangal*. He now lives in Paris, France.

**CHELIAN** (S Sivakumaran) was born in Urumpirai, Jaffna. He migrated to Canada in 1986 and has written short stories, plays, and five collections of poems, the last two of which were *Alattra Thanittha Tiivugalil Nilavu,* and *Iiramattra Mazhai*. He has also written *Oru Manithanin Naatkurippilirunthu*, a book of great political significance. His play *Verukkul Peyyum Mazhai* has been staged in Canada and London.

**R. CHERAN** was born in Alaveddy, Jaffna. His collections *Irandaavathu Suriya Uthayam (1982), Yaman (1984),* and *Maranatthul Vaazhvom* which he co-edited in 1985, *Ni Ippoluthu Irangum Aaru (2000), Meendum Kadalukku (2004),* and a bi-lingual edition titled *You Cannot Turn Away* were all landmarks in contemporary Tamil poetry. His poems have been translated into many languages. He won the Tamil Literary Garden (Canada) poetry award in 2006 and is currently a professor in the department of Sociology and Anthropology at the University of Windsor, Canada.

**ELANKO** was born in Ampanai, Jaffna in Sri Lanka. He writes short stories and poetry. N*aadatravanin Kurippu (2007)* is his collection of poetry and *Saampal Vaanaththil Maraiyum Vairavar (2013)* is his collection of short stories.

**GEETHA SUKUMARAN** was born in Coimbatore, India. She holds an M.Phil degree in Tamil Literature. Her research interests include religion, translation and women's writing. Her translation of selected poems of Sylvia Plath into Tamil is forthcoming from *Kalachuvadu*. She now lives in Canada.

**HAMSATHVANI** (Thamilselvan Kanagasundaram 1963) was born in Chettikulam, Sri Lanka. He has three poetry collections under the titles: *Siraikalilirunthu (1979), Akkaraikku Pona Ammaavukku (1985),* and *Mudivilum Azhiyaathathu (1987)*. His poems have appeared in several literary magazines.

**ILAIYA ABDULLAH** (M.N.M. Anas 1968) was born in Ottisuttan Puliyankulam in Mulliativu, Sri Lanka. Besides being a poet, he writes short stories and essays in various journals and is a media person. His poetry collection *Pinam Seyyum Thesam* was published in 2004 for which he won the Sahitya Mandala award in 2005. He now works for the South Asian T.V. channel *Theepam* in London.

**V.I.S. JAYAPALAN** is a prolific poet from Delft, Sri Lanka, who now lives in Norway. His first poetry collection *Suriyanodu Pesuthal* appeared in 1986. This was followed by several other volumes including *Eelathu Mannum Enkal Mukangalum (1986), Namakkendru Oru Pulveli (1987),* and *Oru Akathiyin Paadal (1991)*. He is also a short story writer and a novelist. His most recent collection of poems is *V.I.S Jayapalan Kavithaigal*. He won an award for acting in the Tamil movie *Aadukalam* at the 58th National Film Awards Ceremony held in Delhi.

**KALAM SELVAM** (Selvam Arulanandam 1953)was born in Sillalai. He is the editor of the journal *Kaalam*. He is also a publisher, theatre director, and poet. His collection of poems is *Kaddidak Kaaddukkul*.

**MAITHILY** was born in Pungudutivu (Jaffna), Sri Lanka. Her poetry collection *Iravil Salanamatruk Karaiyum Manitharkal* was published in 2003. She is a social worker at the Canadian Mental Health Association. She has also worked as an Associate producer/Anchor in the multicultural channel Omni TV for the Tamil Program *Aaram*.

**MAYOO MANO** (Mayoora Manokararasan 1988) was born in Velanai, a small island near Jaffna, Sri Lanka. She is a student of Biology and Health Management in York University. Her first collection of poems is entitled *Naam Pesik Kondiruntha Pothu Peythiraatha Mazhai*. Besides poems, she also writes essays and short stories. She is also an assistant director and script supervisor in the film industry.

**M. PUSHPARAJAN** was born in Gurunagar, Jaffna. He served on the editorial board of Alai, a major publication for literature and the arts. He is a critic, short story writer and poet. His publications are: Oral poetry of fishermen *Amma (1976)*, collection of poems *Meendum Varum Naatkal (2004)*, collection of essays *Vazhpulam Izhantha Thuyar (2010)*, and a study of the history and culture of the people of Gurunagar *Valai Unanghu Kurumanal*. He lives in the UK.

**RASHMY** (Mohamed Rashmy Ahamed) was born in Akkaraipatru in the Eastern province of Sri Lanka. His poetry collections are: *Kavukollappatta Vazhvu Muthalaya Kavithaikal (2002)*, *Aayiram Kiramangalai Thinra Aadu (2005)*, *Eethenin Paampukal (2010)*, and *Ee Thanathu Peyarai Maranthu Ponathu (2011)*. He now lives in the UK.

**SUGAN KANAGASABAI** (1962) was born in Vaddukottai, Sri Lanka. His poems have been published in *Thayagam* in Canada and in the e-magazine *Nichamam*. His collection of poems appeared under the title: *Nukaththadinaatkal*. He is also a publisher of books including *Theendaththakaathavan*, and *14 Eezhaththu Thalith Sirukathaikal*.

**SUMATHY RUPAN** (Karupy) is the creator and the artistic director of the group *Uyirppu*, a Tamil Women's Organization in Toronto. She has written many poems which were published in various literary Tamil magazines and has also authored two short-story collections: *Yaathumahi Ninraai* and *Uraiyum Pani Penkal*. She has also written and directed seven short films and six stage plays.

**TAMILNATHY** (Kalaivani) was born in Trincomalee, Sri Lanka. Her collection includes *Sooriyan Thaniththalaiyum Pakal*, and *Iravukalil Pozhiyum Thuyarappani*. Besides poetry she has published essays, short stories and a novel. She lives in Canada.

**THEVA ABIRA** (Puvanendran Thedchanamoorthy 1969) was born in Inuvil, Jaffna. He is a poet, essayist, and translator. His poems have appeared in various literary journals and he continues to write poems in the Tamil websites as well. He won the Tamil Literary Garden (Canada) poetry award 2012 for his collection of poems *Irul Thinra Eelum*. He lives in the Netherlands.

**THARMINI** was born in Allaipitty in Sri Lanka. She continues to experience the adversities of life in exile as France refused to accept her as a refugee. She writes poems, essays, and book reviews in the blogspot *Thuumai*. Her poetry collection entitled *Saavukalaal Pirapalamaana Oor* was published in 2010.

**THAVA SAJITHARAN** (1983) is a poet, journalist, and translator from Matale, Sri Lanka. His first book of poetry *Oliyin Mazhalaihal* was published in 2006. His poems, essays and translations have appeared in many literary magazines and anthologies. As a journalist, Sajitharan has contributed to prominent media institutions including the Wall Street Journal. Currently he is studying Philosophy at the University of Warwick.

**THIRUMAVALAVAN** (Kanagasingam Karunakaran 1955) was born in Varutthalaivilaan in the Northern Province of Sri Lanka and immigrated to Canada in 1990. Thirumavalavan was the co-editor of the *Zhagaram* magazine, published in Canada (1996-97) and co-author of the anthology *Yutthathai Thinpom (1999)*. His poetry collections include: *Pani Vayal Uzhavu (2000), Athe Iravu, Athe Pakal (2002),* and *Muthuvenil Pathikam (2013)*. He received the poetry award from Tamil Literary Garden (Canada) for his collection *Irul Yaazhi* in 2010.

**ILAVALAI WIJAYENDRAN** (Wijayendran Thyagaraja 1961) was born in Ilavalai, Sri Lanka. He lives in Norway and is one of the editors for the Norway Tamil magazine *Suvadukal*. He is also the sub-editor of the Canadian Tamil magazine *Mutram*. His poetry collection is *Niramatrup Pona Kanavukal*.

**VASUDEVAN KANAGASABAI** was born in Velanai in the northern Sri Lanka. He is a French-Tamil translator in the Department of Justice, France. Apart from writing poetry, Vasudevan also writes short stories and essays. His collection of poems was published under the title *Tholaivil*. He received the poetry award from Tamil Literary Garden (Canada) for this collection in 2007.

**VINOTHINI SATCHITHANANTHAN** was born and raised in Jaffna, Sri Lanka and started writing poetry in the late 80s. Many of her poems were lost or destroyed during the conflict-ridden years and what survived has appeared in various magazines. *Kalachuvadu* magazine published a collection of her poems titled *Mukamoodi Seypaval (2007)*. She also writes in English and is very passionate about painting.

# A Thank You Note

Since its inception in 2001, Tamil Literary Garden has always aspired to publish a translated English language anthology of global contemporary Tamil poems. A generous grant from the Ontario Trillium Foundation has made this possible. A special thanks needs to go to Inga Lubbock who was instrumental in helping us secure funding with insight and guidance throughout.

I wish to thank and recognize the following members of the selection committee for their dedication and hard work: K. Mohanarangan, N. Sukumaran, A. Yesurasa, Selvam Arulanandam, Usha Mathivanan, Thirumavalavan, S. Yuvarajan, Latha and Anar. M.L. Thangappa, Anushiya Ramaswamy and Maithili Thayanithy provided excellent and swift translation of the poems, none of which could have been possible without permission from the seventy-eight poets who agreed to allow their works to be part of this unique anthology.

My deep gratitude to Sascha Ebeling for a wonderful blurb for the back cover of the book and R.Cheran for his general advice. My sincere appreciation goes to Geetha Sukumaran for her help in coordination and Usha Mathivanan and Ranjini for proof- reading. Manuel Jesudasan, N.K. Mahalingam, Jay Jayaraman, Thirumurthi Ranganathan (Digital Maxim), and S. Ramalingam (India) gave generously of their time and support. Also my thanks to Artist Rashmy from U.K for the exceptional cover design and Steafan Hannigan for the photograph. I am indebted to Nurjehan Aziz of TSAR for her help in shaping this book. Finally, my thanks to Richard Reinert for his encouragement at the very inception of this effort.

Appadurai Muttulingam

Secretary

Tamil Literary Garden